ക്രിസ്തുമസ് രാത്രിയിലെ കൊലപാതകം

സജീവ് കോയിക്കൽ

ISBN 979-888606045-4

കുറ്റാന്വേഷണ കഥകൾ വായിക്കാൻ ഇഷ്ടമുള്ളവർക്ക്
സ്നേഹത്തോടെ ഈ കഥ സമർപ്പിക്കുന്നു.

ഉള്ളടക്കം

ആമുഖം

ആമുഖം

ഒരു കേസ് അന്വേഷിച്ച് പ്രതികളെ കണ്ടെത്തുക എന്നുള്ളത് ഒരു ചെറിയ കാര്യമല്ല. അതിനു ചിലപ്പോൾ ദിവസങ്ങളുടെയോ മാസങ്ങളുടെയോ കഠിനാധ്വാനം ആവശ്യമായി വരും. ഓരോ കുറ്റകൃത്യങ്ങൾക്ക് പിന്നിലുമുള്ള കാരണം ഓരോ ഉദ്യോഗസ്ഥരുടെയും അന്വേഷണ ജീവിതത്തിൽ വിലപ്പെട്ട ഒരു അനുഭവമാണ് സമ്മാനിക്കുന്നത്. കൊലപാതകങ്ങൾക്ക് പിന്നിൽ ഒരു വ്യക്തിയോ ഒരു കൂട്ടം പേരോ ഉണ്ടാകാം. ആസൂത്രണം ചെയ്തതോ കൈയബദ്ധമോ ആകാം. തെളിവുകൾ എത്ര നശിപ്പിച്ചാലും അവർ പോലുമറിയാതെ അവർ ബാക്കി വയ്ച്ച് പോയ ഒരടയാളമുണ്ടാകും. ഒരിക്കലും ഒരു കുറ്റവാളിയും രക്ഷപ്പെടരുത് എന്ന് തീരുമാനിക്കുന്ന ദൈവത്തിന്റെ കൈപതിഞ്ഞ ഒരടയാളം. ഒരു ക്രിസ്തുമസ് രാത്രി ഒരു ഫ്ലാറ്റിൽ നടക്കുന്ന കൊലപാതകവും അതിനെ തുടർന്നുണ്ടാകുന്ന അന്വേഷണവുമാണ് ക്രിസ്തുമസ് രാത്രിയിലെ കൊലപാതകം എന്ന നോവലിലൂടെ കഥാകൃത്ത് പറയുന്നത്.

1
ഫ്ളാറ്റിലെ പാർട്ടി

ജോൺസ് ഷിർ എന്ന് പേരിട്ടിരിക്കുന്ന ഫ്ലാറ്റിൽ ഇന്നൊരു ആഘോഷം നടക്കുകയാണ്. ആ ഫ്ലാറ്റിൽ താമസിക്കുന്നവരിൽ ഭൂരിഭാഗവും ഹൈ ഡ്രീം എന്ന കമ്പനിയുടെ സ്റ്റാഫ്സ് ആണ്. എല്ലാ മാസവും അവസാനത്തെ ഞായറാഴ്ച അവർ ഒത്തുകൂടാറുണ്ട്. എന്നാൽ ഈ രാത്രിക്ക് ഒരു പ്രത്യേകതയുണ്ട്. ഇന്നൊരു ക്രിസ്മസ് രാത്രിയാണ്. ആണുങ്ങളും പെണ്ണുങ്ങളും ഉൾപ്പെടെ 16 ൽ പരം ആൾക്കാർ അവിടെ ഒത്തു കൂടിയിട്ടുണ്ട്. മദ്യപാനവും പാട്ടും ഡാൻസും ഒക്കെയാണ് പ്രധാന പരിപാടികൾ.

ഈ ബഹളത്തിനിടയിൽ അലീസ എന്ന സുന്ദരിയായ ഒരു പെൺകുട്ടി മാത്രം മാറി നിൽക്കുന്നത് നന്ദു എന്ന ചെറുപ്പക്കാരന്റെ ശ്രദ്ധയിൽപ്പെട്ടു. നന്ദു അവളോട് എന്തിനാണ് മാറി നിൽക്കുന്നത് എന്ന് തിരക്കിയപ്പോൾ ഒന്നുമില്ല എന്ന് പറഞ്ഞ് അവൾ മുഖത്ത് ഒരു കൃത്രിമ ചിരി ഉണ്ടാക്കാൻ ശ്രമിച്ചു. നന്ദു ചുവടു വെച്ചു കൊണ്ട് ഒരു പെഗ്ഗും കഴിച്ച് അവിടെ നിന്ന് മാറി പോയി.

ഒറ്റപ്പെട്ട് നിൽക്കുന്ന അലീസയെ കൂട്ടുകാരികളായ ജിൻസിയും ആഷ്മിയും ശ്രദ്ധിച്ചു. അവളിൽ എന്തോ പന്തികേട് തോന്നിയ കൂട്ടുകാരികൾ ഇരുവരും അവളുടെ അടുത്തേക്ക് ചെന്നു. പെട്ടെന്ന് പ്രസന്നതയോടെ അവൾ അവരോടൊപ്പം ചുവടുവെച്ചു.

മദ്യവും കയ്യിൽ പിടിച്ചുകൊണ്ട് തലയിൽ മുടിയില്ലാത്ത ഡേവിഡ് എന്ന മധ്യവയസ്കൻ പെൺകുട്ടികളുടെ അടുത്തേക്ക് ചെന്നു.

"അലീസക്കെന്താ ഒരു മൂഡില്ലാത്തത് ജിൻസി നീ അവൾക്ക് ഒരു പെഗ് ഒഴിച്ച് കൊടുക്കൂ അവളൊന്നു മൂഡ് ആവട്ടെ"

ഡേവിഡ് ചോദ്യം കേട്ട് ജിൻസി "ഡേവിഡ് സാർ നല്ല ഫിറ്റ് ആണല്ലോ. അധികം കഴിക്കേണ്ട. മൂഡായാൽ കെട്ടിയോൾ കൂടെ ഇല്ല എന്ന കാര്യം മറക്കണ്ട" എന്ന് കളിയാക്കുന്ന മട്ടിൽ പറഞ്ഞു.

വടി കൊടുത്ത് അടി മേടിച്ചു എന്ന് മനസ്സിലാക്കി ഡേവിഡ് ചമ്മലോടെ അവരുടെ അടുത്തുനിന്ന് മാറിപ്പോയി.

അവിടെ നടക്കുന്ന ആഘോഷം മുഴുവനും കാഞ്ചന എന്ന സെക്സിയായി സാരി ഉടുത്ത സ്ത്രീ തന്റെ ഐപാഡിൽ ഫോട്ടോസ് എടുത്ത് കൊണ്ട് നിൽകുമ്പോൾ റോഹിത് റോഹൻ എന്ന ചെറുപ്പക്കാരൻ അവളുടെ ക്യാമറയ്ക്ക് മുന്നിലേക്ക് ചെന്ന് നിന്ന് കോപ്രായങ്ങൾ കാണിച്ചു.

"റോഹൻ മാറി നിൽക്ക്" കാഞ്ചന ദേഷ്യപ്പെട്ടു.

"ഞങ്ങളുടെ ഫോട്ടോ മാത്രം മതിയോ. ചേച്ചിയുടെ ഫോട്ടോ വേണ്ടേ. അതിങ്ങു താ ഞാൻ എടുത്തു തരാം." എന്ന് റോഹൻ പറഞ്ഞപ്പോൾ വേണ്ട ഞാൻ സെൽഫി എടുത്തു കൊള്ളാം എന്ന് പറഞ്ഞു കാഞ്ചന ഒഴിഞ്ഞുമാറി.

"എന്നാൽ പിന്നെ നമുക്ക് ഒരുമിച്ച് ഒരു സെൽഫി എടുക്കാം" എന്ന് പറഞ്ഞുകൊണ്ട് റോഹിത് കാഞ്ചന യോടൊപ്പം നിന്ന് ഒരു സെൽഫി എടുത്തു.

ഇഷ്ടം ഉണ്ടായിട്ടൊന്നുമല്ല ഇന്നിനി അവന്റെ ശല്യം ഉണ്ടാവില്ലല്ലോ എന്ന് കരുതിയിട്ടാണ് കാഞ്ചന അതിന് തയ്യാറായത്.

മറ്റൊരു സുന്ദരിയായ നയൻതാര എന്ന ചെറുപ്പക്കാരി ഫോണിൽ ആരോടോ ദേഷ്യപ്പെട്ട് സംസാരിക്കുന്നത് മോബിൻ എന്ന ചെറുപ്പക്കാരൻ ശ്രദ്ധിച്ചു. കോൾ കട്ട് ചെയ്ത ശേഷം തിരികെ വന്ന നയൻതാരയോട് മോബിൻ ആരോടാ അവൾ ദേഷ്യപ്പെട്ട് സംസാരിച്ചത് എന്ന് തിരക്കി.

അത് ഒരു റോങ്ങ് നമ്പർ ആണ് കുറെ നാളായി ശല്യം ചെയ്യുന്നു ഇന്ന് എന്തായാലും അവനുള്ളത് കൊടുത്തിട്ടുണ്ട് എന്ന് നയൻതാര മറുപടി കൊടുത്തു.

ഈ സമയം കാഞ്ചനയുടെ അടുത്തുനിന്നും മാറിപ്പോയി മദ്യം കഴിച്ച് കൊണ്ട് നിൽക്കുന്ന രോഹിത് അലീസയെ ശ്രദ്ധിച്ചു. റോഹൻ തന്റെ മൊബൈലിൽ അലീസയുടെ ഫോട്ടോ എടുത്തു. അതുകണ്ട അലീസക്ക് പെട്ടെന്ന് ദേഷ്യം വന്നു അവൾ അടുത്തു ചെന്ന് അവന്റെ

കൈയ്യിൽ നിന്നും മൊബൈൽ പിടിച്ചു വാങ്ങി നിലത്തെറിഞ്ഞു പൊട്ടിച്ചു.

എല്ലാവരുടെയും ശ്രദ്ധ അങ്ങോട്ട് തിരിഞ്ഞു. തന്റെ എൺപതിനായിരം രൂപയുടെ ഐഫോൺ എറിഞ്ഞ് പൊട്ടിച്ച അലീസയെ തല്ലാനായി റോഹിത് കൈയോങ്ങി.

അവന്റെ തൊട്ടടുത്ത് നിന്ന പ്രദീപും റിയാസും ചേർന്ന് റോഹിത്തിനെ പിടിച്ചുമാറ്റി. വെറുതെ ഒരു പ്രശ്നം ഉണ്ടാക്കരുത് എന്ന് അവർ അവനോട് പറഞ്ഞു.

"ഒരു ഫോട്ടോ എടുത്തതിന് മൊബൈൽ എറിഞ്ഞു പൊട്ടിക്കേണ്ട കാര്യം ഉണ്ടോ?" റോഹിത് അവരോട് ചോദിച്ചു.

നല്ലൊരു ദിവസമായിട്ട് വെറുതെ അലമ്പ് ഉണ്ടാക്കേണ്ട എന്ന് റിയാസ് അവനോട് പറഞ്ഞു.

അവർ അവനെ സമാധാനപ്പെടുത്തി. പഴയപോലെ ആഘോഷങ്ങൾ വീണ്ടും ആരംഭിച്ചു.

ഏതാനും നിമിഷങ്ങൾ കഴിഞ്ഞപ്പോൾ കോളിംഗ് ബെൽ ശബ്ദം കേട്ടു.

ഡോറിന് സമീപത്ത് നിന്ന റിയാസ് ഡോർ തുറന്നു. പുറത്ത് ഒരു പിസ്സ ഡെലിവറി ബോയ് നിൽക്കുന്നത് കണ്ട റിയാസ് കാര്യം തിരക്കി. ഇവിടെ ഒരു പിസ്സ ഓർഡർ ഉണ്ടായിരുന്നു എന്ന് ഡെലിവറി ബോയ് ആയ ജാബിർ പറഞ്ഞു.

"ആരെങ്കിലും പിസാ ഓർഡർ ചെയ്തോ" എന്ന് റിയാസ് റൂമിലുള്ളവരോട് ചോദിച്ചു.

"ഇവിടെ ആരും ഓർഡർ ചെയ്തില്ല" എന്ന് ഡേവിഡ് ഉറക്കെ പറഞ്ഞു.

ഡെലിവറി ബോയിയോട് റൂം മാറിപ്പോയതാകും എന്ന് റിയാസ് എന്നു പറഞ്ഞു.

അവരെ ശല്യപ്പെടുത്തിയതിന് സോറി പറഞ്ഞശേഷം ജാബിർ അവിടെ നിന്നും പോയി. റിയാസ് ഡോർ അടച്ചു.

അലീസക്ക് തലകറങ്ങുന്നതുപോലെ തോന്നി അവൾ സാവധാനം ബാത്റൂമിലേക്ക് പോയി. റോഹൻ അത് ശ്രദ്ധിച്ചു.

ഈ സമയം നന്ദുവിന്റെ മൊബൈലിലേക്ക് ഒരു കോൾ വന്നു. നന്ദു കോൾ എടുത്ത് സംസാരിച്ചുകൊണ്ട് ഡോർ തുറന്ന് പുറത്തേക്കിറങ്ങി.

പാട്ടും നൃത്തവും ഒക്കെയായി ആഘോഷങ്ങൾ അങ്ങനെ നടന്നു കൊണ്ടിരിക്കുന്നു. ക്ലോക്കിൽ സമയം 12 അടിച്ചു. കോളിംഗ് ബെൽ മുഴങ്ങി.

ചാരിയിരുന്ന ഡോർ നയൻതാര തുറന്നു. പുറത്ത് സാന്താക്ലോസ് നിൽക്കുന്നത് അവൾ കണ്ടു.

"ഹാപ്പി ക്രിസ്മസ്" സാന്താക്ലോസിന്റെ വേഷത്തിൽ നിൽക്കുന്നയാൾ അവർക്ക് ചെയ്തു.

നയൻതാര തിരിച്ചും വിഷ് ചെയ്തു.

ആ മുറിയിൽ ഉണ്ടായിരുന്ന എല്ലാവരും ഉച്ചത്തിൽ ഹാപ്പി ക്രിസ്മസ് എന്ന് വിളിച്ചുപറഞ്ഞു.

മദ്യ ലഹരിയിൽ റിയാസും പ്രദീപും ചേർന്ന് ക്രിസ്മസ് പപ്പായെ കയ്യിൽ പിടിച്ചു മുറിയിലേക്ക് ക്ഷണിച്ചു.

ആഹ്ലാദത്തോടെയും ആവേശത്തോടെയും കുറെയേറെ നിമിഷങ്ങൾ കടന്നു പോയി. ബഹളത്തിനിടയിലേക്ക് ബാത്റൂമിൽ നിന്നും അലീസ അസ്വസ്ഥയായി പുറത്തേക്കിറങ്ങി വരുന്നത് കാഞ്ചന ശ്രദ്ധിച്ചു.

സ്ത്രീകളും പുരുഷന്മാരും ഉൾപ്പെടെ എല്ലാവരും മദ്യലഹരിയിലാണ്ടു കഴിഞ്ഞിരുന്നു.

ഒരു മണിക്കൂർ കഴിഞ്ഞപ്പോൾ പാർട്ടി അവസാനിച്ചു. എല്ലാവരും ഗുഡ്നൈറ്റ് പറഞ്ഞു ഒരിക്കൽ കൂടി ഹാപ്പി ക്രിസ്മസ് നേർന്നു കൊണ്ട് അവിടെ നിന്നും അവരവരുടെ റൂമിലേക്ക് പോയി.

തന്റെ റൂമിലേക്ക് പോകാനിറങ്ങിയ കാഞ്ചന കാൽവഴുതി നിലത്ത് മറിഞ്ഞുവീണു. അവിടെയുണ്ടായിരുന്ന ഡേവിഡ് കിട്ടിയ അവസരം മുതലാക്കി ഓടിവന്നു കാഞ്ചനയെ പിടിച്ചെഴുന്നേൽപ്പിച്ചു. നിലത്ത് തെറിച്ചുവീണ കാഞ്ചനയുടെ ബാഗ് എടുത്തു കൊടുത്തുകൊണ്ട് ഒരു ശൃങ്കാര ഭാവത്തിൽ ചോദിച്ചു.

"പോകാൻ ബുദ്ധിമുട്ടുണ്ടെങ്കിൽ ഇന്ന് എന്റെ റൂമിൽ കിടന്നിട്ട് നാളെ പോകാം. മോൾ ഉറങ്ങി കാണും."

"വേണ്ട ഞാൻ പൊയ്ക്കൊള്ളാം" എന്നു പറഞ്ഞു കാഞ്ചന പുറത്തേക്കിറങ്ങി പോയി.

കാഞ്ചന ഭർത്താവുമൊത്ത് മറ്റൊരു ഫ്ലാറ്റിലാണ് താമസിക്കുന്നത്.

തനിക്ക് ഉറക്കമേ പറഞ്ഞിട്ടുള്ളൂ എന്ന് പറഞ്ഞു നിരാശയോടെ ഡേവിഡ് മുറിയിലേക്ക് പോയി.

പുറത്ത് അപ്പോഴും ആഘോഷങ്ങൾ നടക്കുന്നുണ്ടായിരുന്നു.

2

അപ്രതീക്ഷിത കൊലപാതകം

പിറ്റേദിവസം രാവിലെ ആഷ്മി ഓഫീസിലേക്ക് പോകാൻ റെഡിയായി മുറിയിൽ നിന്നും പുറത്തേക്ക് വന്നു.

"ഇവളിതുവരെ റെഡി ആയില്ലേ" ആഷ്മി അലീസയുടെ മുറിയുടെ അടുത്ത് ചെന്നു.

ഡോർ ചാരിയിട്ടേ ഉണ്ടായിരുന്നുള്ളൂ. ആഷ്മി ഡോർ മെല്ലെ തുറന്നു.

നിലത്ത് മരിച്ച നിലയിൽ കാണപ്പെടുന്ന അലീസയുടെ മൃതദേഹം കണ്ട് ആഷ്മി ഞെട്ടിത്തെറിച്ചു. അലീസയുടെ കഴുത്തിൽ ഒരു ബിയർ കുപ്പി ആഴത്തിൽ തറഞ്ഞു കയറിയിട്ടുണ്ട്. നിലത്ത് ചിതറി കിടക്കുന്ന ചോരപ്പാടുകൾ.

ഭയത്തോടെ ആഷ്മി ഉറക്കെ നിലവിളിച്ചു.

അധികം വൈകാതെ തന്നെ പോലീസ് എത്തി. ഫോറൻസിക്കുകാരും. അവർ പ്രോസ്യൂജിസേർസ് പൂർത്തിയാക്കി ബോഡി പോസ്റ്റുമോർട്ടത്തിന് അയച്ചു.

കേസിന്റെ അന്വേഷണ ചുമതല സിഐ ജോബിൻ ജേക്കബ് ഏറ്റെടുത്തു.

കമ്മീഷണറുടെ നിർബന്ധപ്രകാരം ആണ് ജോബിൻ കേസ് ഏറ്റെടുത്തത്. ഇതിനുമുമ്പ് ജോബിൻ അന്വേഷിച്ച രണ്ട് കേസുകളും പരാജയമായിരുന്നു. ഈ കേസിന്റെ ഗതിയും അതുപോലെ ആകുമോ എന്ന് ഡിജിപി ജോബിനോടു തിരക്കി.

"ഇല്ല സാറേ നിന്റെ വാശി കൂടിയാണ് ഇതിലും പരാജയപ്പെട്ടാൽ ഞാൻ ജോലി രാജി വയ്ക്കും." എന്നായിരുന്നു ജോബിന്റെ മറുപടി.

"താൻ വലിയ തീരുമാനങ്ങൾ ഒന്നും എടുക്കാൻ നിൽക്കണ്ട. പിന്നെ ഞാൻ അന്വേഷിച്ച മറ്റു രണ്ടു കേസുകൾ പോലെ രണ്ടു മൂന്നു മാസം ഒന്നും അനുവദിക്കാൻ പറ്റില്ല. ഒരാഴ്ച സമയം തരും അത്തിനുള്ളിൽ കണ്ടെത്തിയിരിക്കണം" എന്ന് ഡിജിപി മുന്നറിയിപ്പ് നൽകി.

എന്നാൽ ഒരാഴ്ച പോലും വേണ്ട അഞ്ചു ദിവസം കൊണ്ട് കേസ് തെളിയിക്കുമെന്ന് ജോബിൻ വാക്കുകൊടുത്തു. 2020 ലെ ആദ്യ സൂര്യൻ അസ്തമിക്കും മുമ്പ് കുറ്റവാളിയെ കണ്ടെത്തി ഡിജിപിയുടെ മുന്നിലെത്തിക്കുമെന്ന് ഉറപ്പ് നൽകിയാണ് ജോബിൻ അവിടെ നിന്നും പോയത്.

ജോബിനോടൊപ്പം അനുപമ എന്ന ഓഫീസറും അന്വേഷണത്തിൽ പങ്കാളിയായി.

പോസ്റ്റ്മോർട്ടം റിപ്പോർട്ട് അനുസരിച്ച് പൊട്ടിയ കുപ്പി ഗ്ലാസ്സ് കഴുത്തിൽ ആഴത്തിൽ തറഞ്ഞു കയറി ആണ് മരണം സംഭവിച്ചത്. കൂടാതെ റേപ്പ് അറ്റംപ്റ്റും നടന്നിട്ടുണ്ട്. ഒരുപക്ഷേ റേപ്പ് ചെയ്യാൻ ശ്രമിക്കുന്നതിനിടയിൽ ആകാം മരണം നടന്നത്. അന്ന് പാർട്ടിയിൽ ഉണ്ടായിരുന്നവരിൽ ഒരാൾ തന്നെയാകും തീർച്ചയായും കൊലയാളി എന്ന നിഗമനത്തിൽ പോലീസുകാരെത്തി.

എന്നാൽ അത് ഉറപ്പിക്കാൻ പറ്റില്ല. കാരണം ഒരു മോഷണശ്രമം നടന്നതിന്റെ എല്ലാ ലക്ഷണങ്ങളും അവിടെ ഉണ്ടായിരുന്നു. ഫോറൻസിക് റിപ്പോർട്ടിലും ഏറെക്കുറെ അത് വ്യക്തമാണ്.

"പണ്ടൊക്കെ കേസ് തെളിയിക്കാൻ പോലീസുകാർ കൊലയാളികളെപ്പോലെ ചിന്തിക്കുമായിരുന്നു. പക്ഷേ ഇപ്പോൾ കുറ്റവാളികൾ പോലീസുകാരെ പോലെ ചിന്തിച്ചു തുടങ്ങി" എന്ന് ജോബിൻ പറഞ്ഞപ്പോൾ അതിന്റെ അർത്ഥം മനസ്സിലാകാതെ എന്താണ് സാർ ഉദ്ദേശിക്കുന്നത് എന്ന് അനുപമ ചോദിച്ചു.

"അസമയത്ത് പുറത്തു നിന്ന് ഒരാൾക്ക് ഫ്ലാറ്റിൽ കടക്കുന്നത് ബുദ്ധിമുട്ടാണ്. ഫ്ലാറ്റിൽ ഉള്ള ഒരാൾ ഒരിക്കലും ഒരു മോഷണത്തിനു ശ്രമിക്കില്ല. കാരണം പിടിക്കപ്പെടുമെന്ന് അവർക്കറിയാം" ജോബിൻ വ്യക്തമാക്കി.

അന്ന് പാർട്ടിയിൽ ഉണ്ടായിരുന്നവരുടെയും ആ ഫ്ലാറ്റിൽ താമസിക്കുന്നവരുടെയും ലിസ്റ്റ് എടുക്കാൻ അനുപമ കോൺസ്റ്റബിളിനോട് പറഞ്ഞു.

ജോബിന് അഞ്ജലി എന്ന ഒരു ഭാര്യയും ഭൂമി എന്ന മകളുമുണ്ടായിരുന്നു. ഒരു ഷോപ്പിംഗ് കഴിഞ്ഞ് മടങ്ങുമ്പോൾ നാല് വയസ്സ് പ്രായമുള്ള മകൾ ഭൂമിയുടെ കയ്യിൽ ഇരുന്ന ബലൂൺ റോഡിലേക്ക് പറന്നു പോയി. അത് എടുക്കാൻ വേണ്ടി ഭൂമി റോഡിലേക്ക് ഇറങ്ങിയപ്പോൾ അഞ്ജലി പിന്നാലെ ഓടി ചെന്നു.

എതിരെ വന്ന ഒരു കാർ അഞ്ജലിയുടെ ദേഹത്ത് ഇടിച്ച ശേഷം നിർത്താതെ വേഗത്തിൽ പോയി. റോഡിലേക്ക് തെറിച്ച് വീണ അഞ്ജലിയുടെ അടുത്തേക്ക് ജോബിൻ ഓടിയെത്തി. ജോബിൻ അവളെ വാരിയെടുത്തു. അഞ്ജലി തത്ക്ഷണം തന്നെ മരണത്തിന് കീഴടങ്ങി.

ആ സംഭവത്തിന് ശേഷം ജോബിൻ ഒരു മദ്യപാനി ആയി മാറി. ജോബിനോടൊപ്പം ഭൂമി വളരുന്നത് ഇഷ്ടപ്പെടാത്ത അഞ്ജലിയുടെ വീട്ടുകാർ ഭൂമിയെ അവരോടൊപ്പം കൂട്ടിക്കൊണ്ടുപോയി. കാണണമെന്നു തോന്നുമ്പോൾ എല്ലാം ജോബിൻ മകളെ പോയി കാണാറുണ്ട്.

കേസന്വേഷണത്തിന്റെ ഒന്നാം ദിവസം.

ജോബിനും കോൺസ്റ്റബിൾ വരുണും അന്വേഷണത്തിന്റെ ഭാഗമായി ഫ്ലാറ്റിലേക്ക് പോയി.

അവരെ കണ്ട് എന്തോ പന്തികേട് മണത്ത അഭാവത്തിൽ സെക്യൂരിറ്റി തോമസ് പകച്ചു നിൽക്കുമ്പോൾ ആരാ ഈ ഫ്ലാറ്റിന്റെ ഓണർ എന്ന് ജോബിൻ ചോദിച്ചു.

"ജോൺ സാർ, ലണ്ടനിലാണ് അവിടെ എന്തോ ബിസിനസ് ആണ്. വല്ലപ്പോഴുമൊക്കെ നാട്ടിൽ വരും. അധികനാൾ ഇവിടെ നിൽക്കാറില്ല." എന്ന് തോമസ് പറഞ്ഞു.

ഒരു മാസം മുമ്പാണ് ജോൺ അവസാനമായി വന്നു പോയത്.

"അന്ന് പാർട്ടിയിൽ എത്ര പേർ ഉണ്ടായിരുന്നു" എന്ന് ജോബിൻ ചോദിച്ചപ്പോൾ ആലോചിച്ച ശേഷം ഏതാണ്ട് പതിനഞ്ചോളം പേർ ഉണ്ടായിരുന്നു എന്ന് തോമസ് മറുപടി കൊടുത്തു.

"ഉറപ്പില്ലേ"? ജോബിൻ തോമസിനെ തറപ്പിച്ചു നോക്കി.

ഒരു പരുങ്ങലോടെ" സാർ 14. അതിൽ 12 പേർ കമ്പനി സ്റ്റാഫുകളാണ്. ഒറ്റ രണ്ടുപേർ കൂട്ടത്തിൽ ഉള്ള ആരുടെയോ സുഹൃത്തുക്കളാണ്" തോമസ് മറുപടി പറഞ്ഞു.

"ഇവിടെ സിസി ക്യാമറ ഇല്ലേ"? ചുറ്റും കണ്ണോടിച്ചു കൊണ്ട് ജോബിൻ ചോദിച്ചു.

"ഉണ്ട് പക്ഷേ രണ്ടാഴ്ചയായി അത് തകരാറിലാണ്"

സെക്യൂരിറ്റി പറഞ്ഞതിൽ പന്തികേട് തോന്നിയ ജോബിൻ " തകരാറിലായതാണോ അതോ ആക്കിയതാണോ" എന്ന് സംശയം ഉന്നയിച്ചു.

"കംപ്ലൈന്റ് ആയതാണ് സാർ. സർവീസിന് വിളിച്ചു പറഞ്ഞിട്ട് ഇതുവരെയും അവർ എത്തിയില്ല."

തോമസ് പറഞ്ഞതിൽ അത്ര വിശ്വാസം വരാത്ത ജോബിൻ എത്രയും പെട്ടെന്ന് അത് ശരിയാക്കണം എന്ന് താക്കീത് നൽകി.

ജോബിനും വരുണും ഫ്ളാറ്റിലേക്ക് കടന്നു. 10ബിയിൽ ഉള്ള ജിൻസിയെ കാണാൻ വേണ്ടിയാണ് അവർ പോയത്.

ജിൻസിയെ കണ്ട് അവർ കാര്യങ്ങൾ തിരക്കി. റോഹിതും അലീസയും തമ്മിൽ ഉണ്ടായ പ്രശ്നത്തെ കുറിച്ച് അവൾ അവരോട് പറഞ്ഞു.

"അലീസ അന്ന് പതിവിലും കൂടുതൽ മദ്യപിച്ചിരുന്നോ?" എന്ന ജോബിന്റെ ചോദ്യം കേട്ടപ്പോൾ ജിൻസിക്ക് ഞെട്ടലാണ് ഉണ്ടായത്.

കാരണം അലീസ മദ്യപിക്കുന്ന ശീലമുള്ള കുട്ടിയല്ല. സാധാരണ പാർട്ടിക്ക് വരുമ്പോഴെല്ലാം അവൾ കോളയാണ് കുടിക്കാനുറുള്ളത്.

പോസ്റ്റ് മോർട്ടം റിപ്പോർട്ടിൽ അലീസയുടെ ബ്ലഡിൽ ആൽക്കഹോളിന്റെ അംശം കണ്ടെത്തിയിട്ടുള്ളത് കൊണ്ടാണ് ജോബിൻ അങ്ങനെ ചോദിച്ചത്.

അലീസ ഒരു മുസ്ലിം പെൺകുട്ടിയാണ്. അവൾക്ക് ഇതെല്ലാം ഹറാം ആയിരുന്നു. പാർട്ടിക്ക് വരുന്നത് തന്നെ എല്ലാവരുംകൂടി നിർബന്ധിക്കുന്നത് കൊണ്ടാണ് എന്ന് ജിൻസി ജോബിനോട് പറഞ്ഞു.

"ജിൻസി പറഞ്ഞത് നേരാണെങ്കിൽ അന്ന് ആരെങ്കിലും മനപ്പൂർവ്വം കോളയിൽ മദ്യം കലർത്തി കൊടുത്തിട്ടുണ്ടാവണം. അല്ലെങ്കിൽ അബദ്ധത്തിൽ കുടിച്ചതാവാം. അതുമല്ലെങ്കിൽ മദ്യപിക്കാൻ വേണ്ടിയുള്ള ശക്തമായ ഒരു കാരണം ആ ദിവസം അവളുടെ ലൈഫിൽ ഉണ്ടായിട്ടുണ്ടാകും" എന്ന് ജോബിൻ സംശയം പറഞ്ഞു.

രോഹിത്തിനെ പറ്റി ജിൻസിയോട് കൂടുതൽ തിരക്കിയപ്പോൾ അവൻ ഒരു പഞ്ചാരപ്രിയനാണ് അല്ലാതെ വലിയ

കുഴപ്പക്കാരനൊന്നുമല്ല എന്നായിരുന്നു അവളുടെ അഭിപ്രായം.

സംഭവം ആദ്യം കണ്ടത് അലീസയുടെ കൂട്ടുകാരിയായ ആഷമിയാണെന്ന കാര്യവും ജിൻസി അവരോട് പങ്കുവച്ചു.

"ജിൻസി എന്താ ഇന്ന് ഓഫീസിൽ പോകാത്തത്? " സംശയത്തോടെ ഉള്ള ജോബിന്റെ ചോദ്യത്തിന് പീരീഡ് ആണ് അതിന്റെ തലവേദന ഉള്ളത് കൊണ്ടാണ് പോകാത്തത് എന്ന് ജിൻസി മറുപടി നൽകി.

എന്തൊക്കെയോ സംശയം ബാക്കി ഉള്ളത് പോലെ ഒരു നോട്ടം നോക്കി വീണ്ടും കാണാം എന്ന് പറഞ്ഞു ജോബിനും വരുണും അവിടെ നിന്ന് പോയി.

അതിന് ശേഷം അവർ കാഞ്ചനയെ ചോദ്യം ചെയ്തു.

പാർട്ടി നടന്ന ദിവസം ബാത്റൂമിൽ വെച്ച് ഉണ്ടായ ഒരു സംഭവത്തിന് കാഞ്ചന ദൃക്സാക്ഷിയായിരുന്നു.

കാഞ്ചന ബാത്റൂമിലേക്ക് ചെന്നപ്പോൾ അലീസയുടെ തൊട്ടടുത്തായി രോഹിത് നിൽപ്പുണ്ടായിരുന്നു. തങ്ങളിൽ വഴക്കിട്ട ശേഷം രോഹിത് അവളെ കടന്ന് പിടിക്കാൻ ശ്രമിച്ചപ്പോൾ റോഹിതിന്റെ ചെകിടത്തു അലീസ ശക്തിയായി അടിച്ചത് കാഞ്ചന കണ്ടു.

ജോബിനോട് ഇക്കാര്യം കാഞ്ചന പറഞ്ഞു. ഓഫീസിൽ നിന്നും വരുമ്പോഴൊക്കെ അലീസ വലിയ ഹാപ്പി ആയിരുന്നു. എപ്പോഴും എന്തെങ്കിലുമൊക്കെ സംസാരിച്ചിരിക്കുമായിരുന്നു. പക്ഷേ കുറച്ചുനാളായി അവളാകെ അസ്വസ്ഥയായിരുന്നു. എല്ലാവരിൽ നിന്നും അകന്ന് മാറിയാണ് നിന്നിരുന്നത്. ആഷ്മിയോടാണ് എന്തെങ്കിലുമൊക്കെ അവൾ പറയാറുള്ളത് എന്നും കാഞ്ചന പോലീസുകാരോട് പറഞ്ഞു.

അടുത്ത കുറെനാളുകളായി അലീസ തന്നിൽ നിന്നും എന്തൊക്കെയോ ഒളിക്കാൻ ശ്രമിക്കുന്നതായി തോന്നിയിരുന്നു എന്ന് ആഷ്മിയെ ചോദ്യം ചെയ്തപ്പോൾ പോലീസുകാരോട് അവൾ പറഞ്ഞു.

"അലീസക്ക് പ്രണയ ബന്ധം എന്തെങ്കിലും ഉണ്ടായിരുന്നോ? " എന്ന് ജോബിൻ തിരക്കി.

"എന്റെ അറിവിൽ ഇല്ല. ആളൊരു സംസാര പ്രിയ ആയിരുന്നു. എല്ലാവർക്കും പെട്ടെന്ന് ഇഷ്ടപ്പെടുന്ന പ്രകൃതം. പക്ഷേ മറ്റൊരു

രീതിയിൽ ആരോടും ഇടപഴകുന്നത് കണ്ടിട്ടില്ല" എന്നായിരുന്നു ആഷ്മിയുടെ മറുപടി.

അലീസയുടെ മരണത്തിൽ എന്തോ ദുരൂഹതയുണ്ടെന്നും കരുതിക്കൂട്ടി ആരോ ചെയ്ത കൊലപാതകം ആണ് അതെന്നും ജോബിൻ കണക്ക് കൂട്ടി.

പോലീസുകാർ എന്തൊക്കെയാണ് ചോദിച്ചത് എന്ന് അറിയാൻ വേണ്ടി റോഹിത് അന്നുതന്നെ കാഞ്ചനയെ വിളിച്ച് അന്വേഷിച്ചു. പോലീസുകാർക്ക് റോഹിതിനെയാണ് സംശയമെന്നും അവനോട് ഒന്ന് സൂക്ഷിക്കുന്നത് നല്ലതാണ് എന്നും കാഞ്ചന പറഞ്ഞു.

കാഞ്ചന സംശയിച്ചത് പോലെ തന്നെ പോലീസുകാർ റോഹിതിനെ ചോദ്യം ചെയ്യാനായി വിളിപ്പിച്ചു.

ഒരു കുറ്റവാളിയോട് എന്നപോലെയാണ് അനുപമയും ജോബിനും റോഹിതിനോട് പെരുമാറിയത്.

തന്റെ ഐഫോൺ എറിഞ്ഞു പൊട്ടിച്ചതിലുള്ള ദേഷ്യം അവളോട് ഉണ്ടായിരുന്നു എന്നുള്ളത് ശരി തന്നെയാണ്. അന്നവൾ മദ്യപിച്ചത് പോലെ തോന്നി. റോഹിത് ബാത്‌റൂമിൽ ചെല്ലുമ്പോൾ അലീസ ശർദ്ദിക്കുകയായിരുന്നു. അവിടെ വച്ച് അവർ തമ്മിൽ തർക്കമായി. അപ്പോഴത്തെ ദേഷ്യത്തിൽ അലീസ റോഹിതിനെ തല്ലുകയും ചെയ്തു. അപ്പോഴാണ് അതു കണ്ടു കൊണ്ട് കാഞ്ചന അങ്ങോട്ട് വന്നത്. റോഹിത് അപ്പോൾ തന്നെ അവിടെ നിന്നും മാറി പോവുകയും ചെയ്തു. ഇത്രയുമാണ് അന്ന് സംഭവിച്ചത് എന്ന് റോഹിത് പോലീസിനോട് പറഞ്ഞു.

"പാർട്ടി കഴിഞ്ഞ് എല്ലാവരും പോയി കഴിഞ്ഞ് റോഹിത് അലീസയുടെ മുറിയിലേക്ക് ചെല്ലുന്നു. അവളെ ഉപദ്രവിക്കാൻ ശ്രമിക്കുന്നു. തുടർന്നുണ്ടാകുന്ന ബഹളത്തിനിടക്ക് അറിഞ്ഞുകൊണ്ട് അല്ലെങ്കിൽ മനപ്പൂർവം അവളെ കൊലപ്പെടുത്തി." ജോബിൻ തന്റെ നിഗമനം പറഞ്ഞു.

"അല്ല സർ, പാർട്ടി കഴിഞ്ഞ് ഞാൻ അവളെ കണ്ടിട്ടില്ല. പാർട്ടി കഴിഞ്ഞ ഉടൻ തന്നെ ഞാൻ റൂമിൽ പോയി കിടന്നുറങ്ങി" റോഹിത് മുന്നിലിരുന്ന ഗ്ലാസിലെ വെള്ളം എടുത്തു കുടിച്ചു.

"പാർട്ടി കഴിയുന്നതിന് മുൻപ് ആരെങ്കിലും അവിടെ നിന്നും പുറത്തേക്ക് പോകുന്നത് കണ്ടോ?" ജോബിന്റെ ചോദ്യംകേട്ട്

അൽപനേരം ആലോചിച്ചശേഷം" ഇടയ്ക്കുവെച്ച് നന്ദു പുറത്തേക്ക് പോകുന്നത് കണ്ടു പിന്നെ അവൻ അകത്തേക്ക് വന്നില്ല" എന്ന് റോഹിത് മറുപടി പറഞ്ഞു.

അന്ന് മനസ്സിന് നല്ല വിഷമം തോന്നിയത് കൊണ്ട് നന്നായി മദ്യപിച്ച റോഹിത് അവിടെത്തന്നെ ഇരുന്നു മയങ്ങിപ്പോയി. പിന്നെ അവിടെ നടന്ന കാര്യങ്ങൾ ഒന്നും അവന് ഓർമയുണ്ടായിരുന്നില്ല. ബോധം വന്നു നോക്കിയപ്പോൾ അലീസ അവിടെ ഉണ്ടായിരുന്നില്ല എന്ന് അവൻ ജോബിനോട് പറഞ്ഞു.

തൽക്കാലം റോഹിത് പറയുന്നത് വിശ്വസിക്കാൻ പോലീസുകാർ തയ്യാറായി.

നന്ദു എന്ത് കൊണ്ടാകും പുറത്തേക്ക് പോയത്. എവിടേക്കാണ് പോയത് എന്നീ രണ്ട് ചോദ്യങ്ങൾ നന്ദുവിനെ ചോദ്യംചെയ്യാൻ അവരെ പ്രേരിപ്പിച്ചു.

പാർട്ടി കഴിയും മുൻപ് പുറത്തേക്ക് പോകാനുള്ള കാരണം എന്താണെന്ന് ജോബിൻ നന്ദുവിനോട് ചോദിച്ചു.

അത്യാവശ്യമായി ഒരു കോൾ വന്നു. സംസാരിക്കാൻ വേണ്ടിയാണ് പുറത്തേക്ക് പോയത് എന്നായിരുന്നു നന്ദുവിന്റെ മറുപടി.

അന്ന് പാർട്ടിയിൽ വെച്ച് നിരവധി കോളുകൾ നന്ദുവിനെ മൊബൈലിലേക്ക് വന്നിരുന്നു. അവയെല്ലാം അവിടെ വച്ച് തന്നെ അറ്റന്റ് ചെയ്ത നന്ദു ഒരു കോൾ മാത്രം പുറത്തുപോയി സംസാരിക്കാൻ എന്താണ് കാരണം എന്ന് ജോബിൻ തിരക്കി.

"അത് എന്റെ ലൗവറിന്റെ കോൾ ആയിരുന്നു "

"ആരാ മറ്റാരും കേൾക്കാൻ പാടില്ലാത്ത ആ ശബ്ദത്തിന് ഉടമ" എന്ന് ജോബിൻ ചോദിച്ചപ്പോൾ അത് തന്റെ പേർസണൽ മാറ്റർ ആണെന്നായിരുന്നു നന്ദുവിനെ മറുപടി.

"ഇവിടെ അതിനു പ്രസക്തി ഇല്ല. മറച്ചുവയ്ക്കുന്ന ഒരു ചെറിയ കാര്യം പോലും നാളെ നിങ്ങൾക്കെതിരെയുള്ള കരുക്കളായി മാറും. ഒന്നും ഒരുപാട് കാലത്തേക്ക് ആർക്കും ഒളിക്കാൻ പറ്റില്ലെന്ന കാര്യവും ഓർക്കുന്നത് നന്ന്" ജോബിന്റെ വാക്കുകൾ കേട്ടപ്പോൾ ഉള്ളിൽ ചെറിയ ഭയം തോന്നിയ നന്ദു സത്യം പറയാൻ തീരുമാനിച്ചു.

ഡേവിഡിന്റെ മകൾ സ്റ്റെല്ലയുമായി നന്ദു ഒരു വർഷത്തിലേറെയായി ഇഷ്ടത്തിലാണ്. അന്ന് ഡേവിഡ് ഒപ്പം

ഉണ്ടായിരുന്നതുകൊണ്ടാണ് പുറത്തുപോയി നന്ദു കോൾ എടുത്തത്.

സംസാരിക്കാൻ വേണ്ടി പുറത്തുപോയ നന്ദു തിരിച്ച് പാർട്ടി നടക്കുന്നിടത്ത് വരാത്തതിന്റെ കാര്യം ജോബിൻ തിരക്കി.

ആദ്യം പറയാൻ വിസ്സമ്മതിച്ചു എങ്കിലും പോലീസുകാർ നിർബന്ധിച്ചപ്പോൾ അന്ന് രാത്രി സ്റ്റെല്ലയുടെ മുറിയിൽ പോയിരുന്നു എന്നകാര്യം നന്ദു വെളിപ്പെടുത്തി. പാർട്ടി കഴിയുന്നതിന് അര മണിക്കൂർ മുമ്പാണ് അവിടെനിന്നും പുറത്തിറങ്ങിയത്.

അലീസയുടെയും സ്റ്റെല്ലടേയും മുറികൾ അടുത്തായിരുന്നത് കൊണ്ടുതന്നെ പോകാൻ നേരം അലീസയുടെ റൂമിൽ എന്തെങ്കിലും ശബ്ദം കേട്ടിരുന്നോ എന്ന് അനുപമ ചോദിച്ചു.

അലീസ റൂമിൽ ഉണ്ടായിരുന്നില്ല എന്നാണ് തോന്നുന്നത് എന്നായിരുന്നു നന്ദുവിന്റെ മറുപടി. പക്ഷേ പാർട്ടി കഴിയും മുൻപേ അലീസ അവിടെനിന്ന് പോയിരുന്നു എന്ന് ജോബിൻ നന്ദുവിനെ ഓർമപ്പെടുത്തി.

"ഒരിടത്ത് എല്ലാവരും പാർട്ടിയിൽ മുഴുകിയിരിക്കുമ്പോൾ രണ്ടുപേർ മാത്രം പുറത്ത്. അതിൽ ഒരാൾ കൊല്ലപ്പെടുന്നു. ഒന്നുമറിയാത്തപോലെ മറ്റേയാൾ"

പോലീസുകാർ തന്നെ കുറ്റവാളിയാക്കാൻ ശ്രമിക്കുന്നു എന്ന് മനസ്സിലായപ്പോൾ നന്ദു തന്റെ നിരപരാധിത്വം സ്ഥാപിക്കാൻ ശ്രമിച്ചു.

"സാർ ഞാൻ പറഞ്ഞതെല്ലാം സത്യമാണ്. അവിടെ നിന്ന് പോയി കഴിഞ്ഞ് പിന്നെ ഞാൻ കാണുന്നത് അവളുടെ മൃതദേഹമാണ്. അലീസയെ കൊല്ലാൻ വേണ്ടി മാത്രം പ്രത്യേകിച്ച് യാതൊരു പ്രോബ്ലവും ഞങ്ങൾക്കിടയിൽ ഉണ്ടായിരുന്നില്ല. ശത്രുത പോയിട്ട് നല്ലൊരു സൗഹൃദം പോലും ഞങ്ങൾ തമ്മിൽ ഉണ്ടായിരുന്നില്ല. പിന്നെ എന്തിനാണ് ഞാൻ അവളെ കൊല്ലുന്നത്"

നന്ദുവിനെ വിശ്വസിച്ച മട്ടിൽ തല കുലുക്കി കൊണ്ട് പാർട്ടിക്ക് ഏതായിരുന്നു ബീയർ എന്ന് ജോബിൻ ചോദിച്ചു.

"കാൾസ്ബെർഗ്" ഓർമിക്കാതെ തന്നെ നന്ദു മറുപടി നൽകി.

ചോദ്യം ചെയ്യൽ കഴിഞ്ഞ പോലീസുകാർ പോയപ്പോൾ അവരോട് പറയാതിരുന്ന ഒരു രഹസ്യം നന്ദു ഓർത്തു.

അന്ന് രാത്രി സ്റ്റെല്ലയുടെ മുറിയിൽ നിന്നും പുറത്തിറങ്ങിയപ്പോൾ അലീസ അവളുടെ മുറി ലക്ഷ്യമാക്കി വരുന്നത് നന്ദു കണ്ടു.

സ്റ്റെല്ലയുടെ മുറിയിൽ നിന്നും ഇറങ്ങി വരുന്ന നന്ദുവിനെയും ഒരു ടവ്വൽ മാത്രം ഉടുത്തു പുറത്തേക്ക് ഇറങ്ങി വന്ന സ്റ്റെല്ലയെയും അലീസ കണ്ടു.

അലീസ അവരെ ഒരുമിച്ചു കണ്ട ചമ്മലോടെ നന്ദു തലകുനിച്ചു നിന്ന് അവളെ വീക്ഷിക്കാൻ ശ്രമിച്ചു.

എന്നാൽ അവരെ കണ്ടാൽ ഭാവം നടിക്കാതെ അലീസ തന്റെ റൂമിലേക്ക് പോയി. ഞെട്ടിത്തരിച്ചു നിൽക്കുന്ന സ്റ്റെല്ലയെ നന്ദു ആശ്വസിപ്പിക്കാൻ ശ്രമിച്ചു.

"അവൾ ആരോടെങ്കിലും പറയുമോ?"

"പപ്പ എങ്ങാനും അറിഞ്ഞാൽ എന്നെ കൊന്നുകളയും. ഞാൻ അപ്പോഴേ പറഞ്ഞതല്ലേ വേണ്ടാന്ന്. അവളാണെങ്കിൽ ഒരു പുണ്യാളത്തിയാണ്. ഇനിയിത് പാടി നടക്കുമോ എന്നാണ് എന്റെ പേടി."

സ്റ്റെല്ലക്ക് ടെൻഷൻ കൂടി.

"നാശം പിടിക്കാൻ അവൾ ഇപ്പോൾ കയറി വരുമെന്ന് ഞാനറിഞ്ഞോ. ക്രിസ്മസ് ആയതുകൊണ്ട് 12 മണി വരെ എല്ലാവരും അവിടെ തന്നെ കാണും എന്ന് കരുതി അല്ലേ ഞാൻ ഇത്ര ധൈര്യത്തോടെ വന്നത്. "

അലീസയോട് ഒന്ന് സംസാരിച്ചാലോ എന്ന് വരെ തോന്നി. പക്ഷേ സ്റ്റെല്ല അവനെ തടഞ്ഞു. വരുന്നിടത്ത് വെച്ച് കാണാം ഇപ്പോൾ പൊയ്ക്കൊള്ളാൻ നന്ദു വിനോട് സ്റ്റെല്ല പറഞ്ഞു.

മനസ്സില്ലാമനസ്സോടെ നന്ദു അവിടെ നിന്നും പോയി. സ്റ്റെല്ല ഡോർ തുറന്ന് അലീസ ശ്രദ്ധിക്കുന്നുണ്ടോ എന്ന് നോക്കിയശേഷം ഡോർ ക്ലോസ് ചെയ്തു.

അലീസയുടെ മരണത്തിൽ പോലീസുകാർക്ക് പല സംശയങ്ങളും തോന്നി. അന്ന് അവർ പാർട്ടിക്ക് കഴിക്കാൻ ഉപയോഗിച്ചത് കാൾസ്ബെർഗ് എന്ന ബിയറാണ്. അലീസയുടെ മരണകാരണം ആയതും അതേ ബിയർ ബോട്ടിലാണ്. മദ്യപിക്കാത്ത അലീസയുടെ മുറിയിൽ ഒരു കാരണവശാലും ബിയർ കുപ്പി വരാൻ സാധ്യതയില്ല. ബിയർ കുപ്പി കയ്യിൽ കരുതിയിട്ടാണ് കൊലയാളി റൂമിലേക്ക് ചെന്നത്. അന്ന് പാർട്ടിയിൽ ഉണ്ടായിരുന്നവരെ മാത്രം സംശയിക്കാനും പറ്റില്ല. അവരെ കൂടാതെ പിന്നെയും കുടുംബങ്ങൾ അവിടെ

താമസിക്കുന്നുണ്ട്. പക്ഷേ അന്നേദിവസം എല്ലാവരും ഒരേ ബ്രാൻഡ് ബിയർ തന്നെ കഴിക്കണം എന്നില്ലല്ലോ. മദ്യം കഴിക്കാത്ത അലീസയുടെ ശരീരത്തിൽ നിന്നും മദ്യത്തിന്റെ അംശം. മുറിയിൽ ബിയർ കുപ്പി. അസ്വഭാവികമായ എന്തോ ഒന്ന് അന്നവിടെ അരങ്ങേറിയിട്ടുണ്ട് എന്ന് ജോബിൻ ഉറപ്പിച്ചു.

കൊലയാളി ആരായാലും അയാൾ സമർത്ഥൻ തന്നെയാണ്. പോലീസിനെ തെറ്റിദ്ധരിപ്പിക്കാൻ കുറേ ശ്രമം നടത്തിയിട്ടുണ്ട് ബിയർ കുപ്പിയിൽ വിരലടയാളം പോലും ശേഷിച്ചിട്ടില്ല. അതുകൊണ്ടുതന്നെ കരുതിക്കൂട്ടിയുള്ള ഒരു കൊലപാതകം ആണിത് എന്ന് ഉറപ്പിക്കാം. അന്ന് രാത്രി എല്ലാവരും ആഹ്ലാദത്തിൽ പാർട്ടിയിൽ മുഴുകിയിരിക്കുമ്പോൾ മറ്റൊരു മുറിയിലിരുന്ന് ആരോ ഒരാൾ കൊലപാതകം ആസൂത്രണം ചെയ്യുന്നുണ്ടായിരുന്നു. ഒരു ആയുധമായി ബിയർ ബോട്ടിൽ തെരഞ്ഞെടുത്തതും അയ്യാളുടെ തന്ത്രങ്ങളിൽ ഒന്നാണ്. പാർട്ടിയിൽ പങ്കെടുത്ത 16 പേർക്ക് പിന്നാലെ പോലീസ് പോകുമ്പോൾ എല്ലാം കണ്ടു കൊണ്ട് രക്ഷപ്പെട്ടു എന്ന ആത്മവിശ്വാസത്തോടെ ഇരുട്ടിൽ എവിടെയോ മറഞ്ഞിരിപ്പുണ്ട് അലീസയുടെ യഥാർത്ഥ കൊലയാളി.

3

പുതിയ വഴിത്തിരിവ്

നയൻതാര കുളി കഴിഞ്ഞ് വസ്ത്രം മാറി ബാത്ത്റൂമിൽ നിന്നും ഹാളിലേക്ക് വന്നപ്പോഴാണ് അവിടെ സോഫയിൽ ജോബിനും അനുപമയും ഇരിക്കുന്നത് കണ്ടത്. അവരെ കണ്ടപ്പോൾ അവൾക്ക് അമ്പരപ്പാണ് തോന്നിയത്.

"ഞങ്ങൾ വന്നപ്പോൾ ഡോർ ഓപ്പൺ ആയിരുന്നു അതാണ് അകത്തുകയറി ഇരുന്നത്. ഞാൻ ജോബിൻ സിഐ ആണ്. ഇത് അനുപമ. ഞങ്ങൾ വന്നത് എന്തിനാണെന്ന് മനസ്സിലായിക്കാണുമല്ലോ? "

അവരെ അപ്രതീക്ഷിതമായി കണ്ട ഞെട്ടലിൽ നിൽക്കുന്ന നയൻതാരയോട് ജോബിൻ ഇരിക്കാൻ ആവശ്യപ്പെട്ടു.

നയൻതാര അവർക്ക് മുന്നിൽ ഉള്ള സോഫയിൽ ഇരുന്നു.

"നമ്മൾ കുറച്ചു മുമ്പേ കാണേണ്ടതായിരുന്നു. നയൻതാരയുടെ തിരക്ക് കാരണം മണിക്കൂർ വൈകിപ്പിച്ചതാണ്" എന്ന് അനുപമ പറഞ്ഞപ്പോൾ അത് വിശ്വസിക്കാൻ നയൻതാര തയ്യാറായില്ല.

"വെറുതെ എന്തിനാണ് സാർ കള്ളം പറയുന്നത് ആരുടെയെങ്കിലും തിരക്കിനൊത്ത് പോലീസ് ഇന്നുവരെ കാത്തിരുന്നിട്ടുണ്ടോ"

നയൻതാര പറഞ്ഞത് കേട്ട് ജോബിനും അനുപമയും പുഞ്ചിരിച്ചു.

"ഒരിക്കൽ ഒരാളുടെ അടുത്ത് പോയാൽ വീണ്ടും പോകേണ്ടി വരുത്തരുതെന്നാണ് എന്റെ പോളിസി. അതുകൊണ്ട് വിശദമായി ഒന്ന് പഠിച്ചിട്ടേ മുന്നിൽ ചെല്ലാറുള്ളു" എന്ന് ജോബിൻ നയൻതാരയോട് പറഞ്ഞു.

"എന്നിട്ട് എന്നെ പറ്റി എന്തൊക്കെ പഠിച്ചു"

"അത് വഴിയേ മനസ്സിലാകും. മൊബൈലിൽ ഇപ്പോഴും റോങ്ങ് കോൾസ് വരാറുണ്ടോ?" ജോബിൻ എന്താണ് ഉദ്ദേശിച്ചതെന്ന് നയൻതാരയ്ക്ക് മനസ്സിലായില്ല.

"പാർട്ടി നടന്ന ദിവസം മൊബൈലിൽ ആരോ വിളിച്ച് ശല്യം ചെയ്യുന്നതായി ഞങ്ങളറിഞ്ഞു. ഏതോ ഒരു റോങ്ങ് നമ്പർ ആയിരുന്നു അത്. ഇപ്പോഴും അയ്യാൾ വിളിക്കാറുണ്ടോ? " അനുപമ നയൻതാരയെ ഓർമ്മപ്പെടുത്തി.

"ഓ അതോ? അത് ഇടക്കൊക്കെ ഇങ്ങനെ വരാറുണ്ട് ഞാൻ അത്ര കാര്യമാക്കാറില്ല" അതൊരു പ്രശ്നമല്ല എന്ന മട്ടിലായിരുന്നു നയൻതാരയുടെ മറുപടി.

"പക്ഷേ ഞങ്ങൾ അത് കാര്യമാക്കി. അതുകൊണ്ടാണ് അതൊരു റോങ്ങ് നമ്പർ അല്ല വളരെ വളരെ വേണ്ടപ്പെട്ട നമ്പർ ആണെന്ന് മനസ്സിലാക്കാൻ ഞങ്ങൾക്ക് കഴിഞ്ഞത്"

സത്യം അവർ മനസ്സിലാക്കി എന്നറിഞ്ഞപ്പോൾ നയൻതാര ഒരു പരുങ്ങലോടെ തലതാഴ്ത്തി.

"നമ്മുടെ ജീവിതത്തിൽ കള്ളങ്ങൾക്ക് സത്യത്തേക്കാൾ പ്രസക്തിയുണ്ട്. ഹൈ ഡ്രീം കമ്പനി എംടി ജയറാമും ആയിട്ട് നയൻതാരക്ക് എന്താണ് ബന്ധം?"

എന്തു പറയണമെന്നറിയാതെ നയൻതാര പകച്ചിരുന്നു.

"ഒന്നും മറച്ചുവെക്കാൻ ശ്രമിക്കരുത് കഴിഞ്ഞ ഒന്നര വർഷത്തെ ഫോൺകോൾസിന്റെ ഫുൾ ലിസ്റ്റ് ഞങ്ങളുടെ കയ്യിലുണ്ട്. ശാസ്ത്രം ഇപ്പോൾ ഒരുപാട് പുരോഗമിച്ചു. കള്ളത്തരങ്ങൾക്ക് ഇപ്പോൾ അധികം ആയുസ്സില്ല. പാർട്ടിയിൽ നയൻതാര പറഞ്ഞ കള്ളമാണ് ഞങ്ങളെ ഇപ്പോൾ ഇവിടെ എത്തിച്ചത്. ഇവിടെയും കള്ളം പറയാനാണ് ഭാവമെങ്കിൽ ഞങ്ങൾക്ക് വീണ്ടും വരേണ്ടിവരും"

നയൻതാരയെക്കൊണ്ട് സത്യം പറയിപ്പിക്കണം എന്ന തീരുമാനത്തോടെ തന്നെ അനുപമ അവൾക്ക് താക്കീത് നൽകി.

പോലീസിന് മുന്നിൽ ഇനി ഒന്നും ഒളിച്ചു വെക്കുന്നതിൽ അർത്ഥമില്ലെന്ന് നയൻതാരയ്ക്ക് ബോധ്യമായി. അവൾ സത്യം തുറന്നു പറയാൻ തീരുമാനിച്ചു.

"ഞാനും ജയറാമും തമ്മിൽ ഇഷ്ടത്തിലാണ്. ആ ബന്ധം നല്ല രീതിയിൽ മുന്നോട്ടു പൊയ്ക്കൊണ്ടിരുന്നപ്പോഴാണ് ആറുമാസം മുമ്പ്

അലീസ കമ്പനിയിൽ ജോയിൻ ചെയ്യുന്നത്. കുറച്ചു നാളായിട്ട് ജയറാമിൽ ഒരു മാറ്റം ഞാൻ ശ്രദ്ധിച്ചു. അദ്ദേഹത്തെ പറ്റി പലരും പല കഥകളും പറഞ്ഞപ്പോഴും ഞാൻ ഒന്നും കാര്യമാക്കിയില്ല. പക്ഷേ അലീസയുമായിട്ടുള്ള അയാളുടെ അടുപ്പം സത്യമാണെന്ന് എനിക്ക് ബോധ്യമായി. ജയറാം എന്നെ അവോയ്ഡ് ചെയ്തു തുടങ്ങി. എന്റെ കോൾ എടുക്കാതെയായി. ഞാൻ വിളിക്കുമ്പോളെല്ലാം അയാളുടെ കോൾ വെയ്റ്റിംഗിൽ ആയിരുന്നു"

ജയറാം സംസാരിച്ചുകൊണ്ടിരുന്നത് അലീസയോടായിരുന്നു എന്ന് നയൻതാര എങ്ങനെ ഉറപ്പിച്ചു എന്ന് ജോബിൻ സംശയത്തോടെ ചോദിച്ചു.

ജയറാമിന്റെ മൊബൈലിൽ അലീസയും ഒരുമിച്ചുള്ള ചാറ്റ് നയൻതാര കണ്ടു. അതേ ചൊല്ലി അവർ തമ്മിൽ തർക്കം ഉണ്ടായി. ഒരു സൗഹൃദം മാത്രമേ അലിസയുമായിട്ട് തനിക്കുള്ളൂ എന്ന് ജയറാം അവളെ പറഞ്ഞു വിശ്വസിപ്പിച്ചു. പക്ഷേ അവർ തമ്മിലുള്ള ബന്ധം എങ്ങനെയാണ് എന്നുള്ളത് നയൻതാര നേരിട്ട് കണ്ടറിഞ്ഞു. പോലീസിനോട് ആ സംഭവം നയൻതാര വെളിപ്പെടുത്തി.

ഒരുദിവസം ജയറാമിന്റെ ഓഫീസ് റൂമിൽ നിന്ന അലീസയോട് ജയറാം ഒരു ചുംബനം ആവശ്യപ്പെട്ടു. അവൾ അതിന് തയ്യാറായില്ല. ജയറാം വീണ്ടും വീണ്ടും നിർബന്ധിച്ചപ്പോൾ അവൾ സമ്മതിച്ചു. ജയറാമിനെ ചുംബിക്കുവാൻ വേണ്ടി അവൾ അടുത്തേക്ക് ചെന്നപ്പോൾ പെട്ടെന്ന് നയൻതാര ഡോർ തുറന്നു അകത്തേക്ക് കയറി. നയൻതാരയെ കണ്ട അലീസ പെട്ടെന്ന് കുതറി മാറി. ദേഷ്യത്തോടെ നയൻതാര നോക്കിയപ്പോൾ ജയറാം കുറ്റബോധത്തോടെയും ചമ്മലോടെയും തലകുനിച്ചിരുന്നു. ഡോർ ശക്തിയായി വലിച്ചടച്ച് നയൻതാര പുറത്തേക്കിറങ്ങി പോയി.

ആ സംഭവത്തിനു ശേഷം അവർ തമ്മിൽ എപ്പോഴും വാഴക്കായിരുന്നു. പക്ഷേ അവളെ ഒരിക്കലും കൈവിടില്ല എന്നാണ് ജയറാം അവൾക്ക് വാക്ക് കൊടുത്തത്. പക്ഷേ ജയറാമിനെ പൂർണമായും വിശ്വസിക്കാൻ നയൻതാര തയ്യാറായില്ല.

നയൻതാര പറഞ്ഞത് കേട്ടപ്പോൾ ജോബിന് ഒരു സംശയം ഉടലെടുത്തു.

"അപ്പോൾ അതാണ് അലീസയോടുള്ള പകയായി മാറിയത്. അവൾ ജീവിച്ചിരുന്നാൽ ജയറാമിനെ നഷ്ടപ്പെടുമോ എന്ന ഭയം നയൻതാരയെ ഒരു കൊലപാതകത്തിൽ കൊണ്ടെത്തിച്ചു."

"ഭയമുണ്ടായിരുന്നു ദേഷ്യവും വാശിയും ഒക്കെ ഉണ്ടായിരുന്നു. പക്ഷേ അവളെ കൊല്ലണം എന്ന് സ്വപ്നത്തിൽ പോലും ചിന്തിച്ചിട്ടില്ല" എന്ന് നയൻതാര പറഞ്ഞു.

അപ്പോൾ പിന്നെ അന്ന് കോളയിൽ മദ്യം കലർത്തിയത് ആരാണെന്ന് അനുപമ ചോദിച്ചു.

"ഞാൻ തന്നെയാണ്. അന്നേരത്തെ ദേഷ്യത്തിൽ ചെയ്തതാണ്. അവളത് കുടിക്കും എന്ന് ഞാൻ കരുതിയില്ല. റോഹിതും ആയിട്ടുള്ള പ്രശ്നവും ജയറാമിന്റെ കാര്യവും ഒക്കെക്കൂടി ടെൻഷനിൽ നിന്നത് കൊണ്ടാവണം രുചിവ്യത്യാസം അവൾ ശ്രദ്ധിക്കാതിരുന്നത്. പിന്നെ അവളെ കൊല്ലണം എന്നുണ്ടെങ്കിൽ അതിന് ഇങ്ങനെ ഒരു പാർട്ടി തെരഞ്ഞെടുക്കേണ്ട ആവശ്യം എനിക്കില്ല. പണം കൊടുത്താൽ കൊന്ന് കായലിൽ എറിയാൻ കെൽപ്പുള്ള വാടകക്കൊലയാളികൾ ഒത്തിരിയുണ്ട് ഈ നഗരത്തിൽ. അവരിലൊരാളെ ചൂസ് ചെയ്താൽ മതിയായിരുന്നല്ലോ. ഞാൻ അത്ര മണ്ടിയൊന്നും അല്ല സാർ ഇപ്പോൾ നിങ്ങൾ എന്റെ അടുത്ത് വന്നത് പോലെ എപ്പോഴായാലും വരും എന്ന് ചിന്തിക്കാനുള്ള കഴിവ് എനിക്കുണ്ട്. എന്നെ സംശയിച്ചു നിങ്ങളുടെ വിലപ്പെട്ട സമയം പാഴാക്കാതെ യഥാർത്ഥ കുറ്റവാളി ആരാണെന്ന് കണ്ടെത്താൻ ശ്രമിക്കൂ"

നയൻതാരയുടെ സംസാരം അത്ര സുഖിക്കാത്ത അനുപമ " അതൊക്കെ ഞങ്ങൾ നോക്കിക്കോളാം"

എന്ന് അല്പം ദേഷ്യം കലർന്ന സ്വരത്തിൽ അവളോട് പറഞ്ഞു. നയൻതാര ഒന്നും മിണ്ടാതെ തല കുനിച്ചു.

13 ഡിയിൽ താമസിക്കുന്നത് കാമലോചനൻ എന്ന് പേരുള്ള ഒരു മധ്യവയസ്കനാണ്. ആളൊരു തിരഞ്ഞ മദ്യപാനിയാണ്. വീട് ബാർ ആക്കിയ വ്യക്തി എന്ന് വേണമെങ്കിൽ പറയാം. ഏതു നേരവും മദ്യപാനമാണ്.

ഗ്ലാസ്സിൽ മദ്യം ഒഴിച്ച് അതിലേക്ക് സോഡ ഒഴിച്ചശേഷം ഒറ്റവലിക്ക് അകത്താക്കി കൊണ്ട് അടുക്കളയിലേക്ക് നോക്കി ഭാര്യയോട് ഉറക്കെ വിളിച്ചു പറഞ്ഞു

"എടിയേ, ടച്ചാൻ എന്തെങ്കിലും ഉണ്ടെങ്കിൽ വേഗം എടുത്ത് കൊണ്ട് വാ "

ഒരു കുപ്പി നാരങ്ങ അച്ചാർ ഉണ്ടായിരുന്നത് കഴിഞ്ഞദിവസം തീർത്തതിന്റെ ദേഷ്യത്തിൽ ഭാര്യ അംബിക കിച്ചണിൽ നിന്ന് എന്തൊക്കെയോ പിറുപിറുക്കുന്നത് കാമലോചനൻ അവിടെ ഇരുന്ന് കേട്ടു.

"കിടക്കുമ്പോളോ ടച്ചിങ് ഇല്ല. കുടിക്കുമ്പോളെങ്കിലും കിട്ടുമോ എന്ന് വെച്ചാൽ അതും ഇല്ല." നിരാശയോടെ അടുത്ത പെഗ്ഗ് ഒഴിക്കാനായി കുപ്പി കൈയിലെടുത്തപ്പോൾ ഹോണിങ് ബെൽ മുഴങ്ങി.

"നാശം ആരാണ് ഈ നേരത്ത്. ആകെ ഒരു പൈന്റുമുണ്ട് ഞാനുമുണ്ട്. "

കാമലോചനൻ കുപ്പി മേശക്ക് അടിയിലേക്ക് ഒളിപ്പിച്ചുവെച്ചു.

ഡോറിന് അടുത്തേക്ക് പോകാനായി എഴുന്നേൽക്കുമ്പോൾ ഉടുമുണ്ട് അഴിഞ്ഞു നിലത്ത് വീണു. പാളക്കരയൻ നിക്കറുമിട്ട് മദ്യലഹരിയിൽ പോയി ഡോർ തുറന്നു.

പുറത്ത് നിന്നിരുന്ന ജോബിനും അനുപമയും കാമലോചനന്റെ കോലം കണ്ട് അമ്പരന്നു.

അനുപമ പെട്ടെന്ന് തല തിരിച്ചു. അത് കണ്ട ഉടനെ കാമലോചനൻ ചമ്മലോടെ അകത്തേക്ക് കയറി മുണ്ട് എടുത്തുടുത്തു.

"നിങ്ങളെ ഇതിനുമുമ്പ് ഇവിടെ കണ്ടിട്ടില്ലല്ലോ പുതിയ താമസക്കാരാണോ "

കാമലോചനൻ അവരെ മനസ്സിലാകാത്തത് കൊണ്ട് അന്വേഷിച്ചു.

"അല്ല പോലീസാണ്" എന്ന് ജോബിൻ പറഞ്ഞപ്പോൾ അയാൾ അമ്പരന്നു പോയി.

ഒരു നിമിഷം അയാൾ സ്തംഭിച്ച പോലെ നിന്നു.

"അകത്തോട്ട് കയറാമോ" എന്നു ജോബിൻ ചോദിച്ചപ്പോൾ കയറി കൊള്ളാൻ കാമലോചനൻ ആംഗ്യം കാട്ടി.

അവർ അകത്തേക്ക് കയറി. എന്തിനാണ് അവർ തന്നെ അന്വേഷിച്ച് വന്നതെന്ന് കാമലോചനന് മനസ്സിലായില്ല. വീട്ടിലിരുന്ന് മദ്യപിച്ച് ബഹളം ഉണ്ടാക്കുന്നതിന് ഇനി ഭാര്യയെങ്ങാനും കേസ് കൊടുത്തു കാണുമോ എന്ന് ഒരു നിമിഷം അയാൾ സംശയിച്ചു.

"അലീസയുടെ കേസന്വേഷിക്കുന്ന ഉദ്യോഗസ്ഥരാണ് ഞങ്ങൾ. ഇവിടെ അന്വേഷിച്ചപ്പോൾ ഹൈ ഡ്രീം കമ്പനിയിൽ ജോലി ചെയ്യാത്തവരായി ഇവിടെ താമസിക്കുന്നവരിൽ ഏറ്റവും വൃത്തി കെട്ടവൻ താനാണെന്ന് മനസ്സിലായി. അതാണ് നേരെ ഇങ്ങോട്ട് പോന്നത്."

ജോബിൻ അങ്ങനെ ഒരു അഭിപ്രായം പറഞ്ഞപ്പോൾ "അതാരാണ് സാറേ എന്നെപ്പറ്റി അത്ര മോശം അഭിപ്രായം പറഞ്ഞത്" എന്ന് കാമലോചനൻ സംശയത്തോടെ ചോദിച്ചു.

"താൻ അല്പം മുമ്പ് കാണിച്ച ഫാൻസി ഡ്രസ്സ് ഷോ ഫ്ലാറ്റിലെ മിക്ക പെണ്ണുങ്ങളുടെയും മുന്നിൽ കാണിക്കാറുണ്ടെന്നാണ് പലരുടെയും പരാതി"

അനുപമ അയാളെപ്പറ്റി അന്വേഷിച്ചപ്പോൾ അറിഞ്ഞ കാര്യം വെളിപ്പെടുത്തി.

"അയ്യോ അത് മനപ്പൂർവ്വമല്ല. കുടവയർ ഉള്ളതു കൊണ്ട് മുണ്ടുടുത്താൽ ഇരിക്കില്ല." വിനയത്തോടെ കാമലോചനൻ പറഞ്ഞു.

"നാളെ മുതൽ പാന്റ് ഇട്ടാൽ മതി" എന്ന് അനുപമ താക്കീത് നൽകി.

അയാൾ കഴിക്കാറുള്ള ബിയർ ഏതാണെന്ന് ജോബിൻ തിരക്കി. ഹൈനെകെൻ എന്ന ബ്രാൻഡ് ആണ് അയാൾ സ്ഥിരം കഴിക്കാറുള്ളത്.

"ക്രിസ്മസ് രാത്രി ലിക്കറാണോ ബിയറാണോ കഴിച്ചത് "

ജോബിന്റെ ചോദ്യത്തിന് ആലോചിക്കാതെ തന്നെ "ലിക്കറിൽ ബിയർ ഒഴിച്ച് കഴിച്ചു" എന്ന് അയാൾ മറുപടി നൽകി.

"ഏത് ബിയറാണ് അന്ന് കഴിച്ചത്?"

"സ്ഥിരം വാങ്ങുന്നത് അന്ന് കിട്ടിയില്ല. വേറെ ഏതോ ബ്രാൻഡ് ആണ് കിട്ടിയത്. പിന്നെ ഉള്ളതു കൊണ്ട് ക്രിസ്മസ് പോലെ എന്ന് കരുതി അതു വച്ച് അഡ്ജസ്റ്റ് ചെയ്തു."

അന്ന് വാങ്ങിയ ബിയറിന്റെ പേര് അയാൾ ഓർക്കുന്നുണ്ടായിരുന്നില്ല. സ്ഥിരം മദ്യപിക്കാറുള്ളത് കൊണ്ടു തന്നെ കുടിച്ചിട്ട് ഉപേക്ഷിക്കുന്ന കുപ്പി എല്ലാം ഭാര്യ എടുത്തു മാറ്റി വെക്കും. പഴയ കുപ്പി എടുക്കാൻ വരുന്ന ആക്രിക്കാരന് അതെല്ലാം കൊടുക്കുകയാണ് പതിവ്. ക്രിസ്മസ് രാത്രിയിൽ അയാൾ കുടിച്ച ബിയറിന്റെ കുപ്പി അവൾ സൂക്ഷിച്ചു വെച്ചിട്ടുണ്ടായിരുന്നു. അവൾ

അത് എടുത്തുകൊണ്ട് വന്ന് ജോബിനെ കാണിച്ചു.

കാൾസ്ബെർഗ് എന്ന ബ്രാൻഡ് ആയിരുന്നു. അത് കൊണ്ട് തന്നെ ജോബിന് കാമലോചനനെ സംശയം തോന്നി.

അലീസയും ആയിട്ടുള്ള അയാളുടെ പരിചയത്തെ പറ്റി ജോബിൻ തിരക്കിയപ്പോൾ അവളുമായി അത്ര അടുപ്പമൊന്നും ഇല്ല കാണുമ്പോൾ ചിരിക്കും അത്രയേ ഉള്ളൂ എന്നാണ് കാമലോചനൻ പറഞ്ഞത്.

"അലീസയുടെ മുന്നിൽ വച്ചും മുണ്ട് അഴിഞ്ഞിട്ടുണ്ടോ" അനുപമ ചോദിച്ചു.

"ഞാൻ കുടിക്കുന്ന മദ്യം സത്യമായിട്ടും ഇല്ല." മദ്യക്കുപ്പി കയ്യിൽ എടുത്ത് കൊണ്ട് അയ്യാൾ തറപ്പിച്ചു പറഞ്ഞു.

അലീസയുടെ സ്വഭാവത്തെക്കുറിച്ച് ജോബിൻ അയാളോട് തിരക്കി.

"മരിച്ചു പോയവരെ പറ്റി മോശം പറയരുതെന്നാണ്. പക്ഷേ ഉള്ളത് പറയാതിരിക്കാൻ പറ്റില്ലല്ലോ. അവർ ഒരു ടീം ഉണ്ട്. മദ്യപാനവും പാട്ടും കൂത്തും ഇല്ലാത്തതൊന്നും ഇല്ല. "

"അലീസ മദ്യപിക്കാറില്ല എന്നാണല്ലോ ഞങ്ങൾ കേട്ടത്" കാമലോചനന്റെ വാക്കുകളിൽ വിശ്വാസമില്ലാത്ത പോലെ ജോബിൻ ചോദിച്ചു.

" വെറുതെയാണ് സാറേ അവൾ കുടിക്കും. മുഴുക്കുടിയാണ് മുഴുക്കുടി."

അയാളുടെ വാക്കുകളിൽ ഒരു പുച്ഛരം നിറഞ്ഞിരുന്നു.

അവൾ മദ്യപിക്കുന്നത് അയ്യാൾ കണ്ടിട്ടുണ്ടോ എന്ന് അനുപമ ചോദിച്ചുപ്പോൾ കണ്ടിട്ടില്ല പക്ഷേ അവൾ കുടിക്കും എന്ന് ഉറപ്പാണ് എന്ന് അയാൾ തറപ്പിച്ചു പറഞ്ഞു.

കാണാത്ത കാര്യത്തെപ്പറ്റി എങ്ങനെ ഉറപ്പിച്ച് പറയാൻ കഴിയും എന്ന് ജോബിൻ വീണ്ടും അയാളോട് ചോദിച്ചു.

കുറച്ചുനാൾ മുമ്പ് ഇതുപോലെ ഒരു പാർട്ടിയിൽ മദ്യവും കൈയ്യിൽ പിടിച്ച് നിൽക്കുന്ന ഫോട്ടോസ് ഭാര്യയുടെ ഫേസ്ബുക്ക് അക്കൗണ്ടിൽ ടാഗ് ചെയ്തിരിക്കുന്നത് കണ്ടു എന്ന് അയാൾ അവരോട് പറഞ്ഞു

അത് കോള ആയിരിക്കുമെന്ന് ജോബിൻ സംശയം ഉന്നയിച്ചു.

കോളയിൽ ആരെങ്കിലും സോഡ ഒഴിച്ച് കുടിക്കുമോ? കോളയും മദ്യവും കണ്ടാൽ തിരിച്ചറിയാനുള്ള വിവരമൊക്കെ തനിക്കുണ്ട്

എന്നായിരുന്നു കാമലോചനന്റെ മറുപടി.

അയാൾ പറഞ്ഞത് വിശ്വാസം വരാത്തത് കൊണ്ട് തന്നെ ആ ഫോട്ടോ കാണാൻ പറ്റുമോ എന്ന് ജോബിൻ ചോദിച്ചു.

ഭാര്യയുടെ കയ്യിൽ നിന്നും മൊബൈൽ ഫോൺ വാങ്ങി അയ്യാൾ അനുപമക്ക് കൊടുത്തു. അനുപമ അംബികയുടെ ഫേസ്ബുക്ക് ഐഡിയിൽ അയാൾ പറഞ്ഞ ഫോട്ടോ പരതി. കുറച്ചു നേരം നോക്കി കഴിഞ്ഞ് അയാൾ പറഞ്ഞ ഫോട്ടോ അനുപമ കണ്ടെത്തി.

അലീസ മദ്യ ഗ്ലാസും കയ്യിൽ പിടിച്ചുകൊണ്ട് ചുവടു വെക്കുന്ന ഫോട്ടോസ് കണ്ടു വിശ്വസിക്കാനാകാതെഎ അനുപമ അത് ജോബിനെ കാണിച്ചു.

ജോബിൻ അപ്പോൾ തന്നെ ആ ഫോട്ടോസ് തന്റെ മൊബൈലിലേക്ക് സെന്റ് ചെയ്തു.

"താൻ കുനിഷ്ട്ടിന്റെ ആളാണെങ്കിലും ഇത് ഞങ്ങൾക്ക് ഉപകാരമായി" എന്ന് പറഞ്ഞുകൊണ്ട് മൊബൈൽ തിരിച്ചു അയാൾക്ക് കൊടുത്തു.

തൽക്കാലം അവിടെനിന്നും പോകാനായി അവർ എഴുന്നേറ്റു.

"തന്റെ പേര് എന്തായിരുന്നെടോ?" പുറത്തേക്ക് ഇറങ്ങാൻ നേരം അനുപമ ചോദിച്ചു.

"കാമലോചനൻ" ചമ്മലോടെ അയാളത് പറഞ്ഞപ്പോൾ

"അറിഞ്ഞിട്ട് പേരുതന്നെ" എന്ന് പറഞ്ഞ് അനുപമയും ജോബിനും അവിടെ നിന്നും പോയി.

അവർ പോയപ്പോൾ കതക് അടച്ചശേഷം അയാൾ കിച്ചണിലേക്ക് നോക്കി ഭാര്യയോട് "ഒരു കുടം വെള്ളം ഇങ്ങെടുക്കെടീ കുടിക്കാൻ "എന്ന് ഉറക്കെ വിളിച്ചു പറഞ്ഞു.

കുപ്പിയിൽ ബാക്കി ഇരിക്കുന്നത് എടുത്ത് കുടിച്ചാൽ മതിയെന്ന് പറഞ്ഞു കൊണ്ട് ഭാര്യ ജോലിയിൽ മുഴുകി.

ജോബിൻ ഡേവിഡിന്റെ ഫ്ലാറ്റിൽ എത്തി അയാളോട് അലീസയുടെ ഫോട്ടോ കാണിച്ച ശേഷം അതിനെ കുറിച്ച് അന്വേഷിച്ചു.

ആ ഫോട്ടോ കണ്ടപ്പോൾ തന്നെ ഡേവിഡിന് കാര്യം മനസ്സിലായി. അത് ഫോട്ടോഷോപ്പ് ആണ്. അവരുടെ കൂടെ വർക്ക് ചെയ്യുന്ന പ്രദീപ് എന്നയാളാണ് ഈ ഫോട്ടോക്ക് പിന്നിൽ. ഒരു തമാശയ്ക്ക് വേണ്ടി അവൻ എഡിറ്റ് ചെയ്ത് ഉണ്ടാക്കിയ ഫോട്ടോയാണിത്. ഇതിന്റെ

പേരിൽ അന്ന് ഒരുപാട് പ്രശ്നങ്ങൾ ഉണ്ടായി. പ്രദീപിനെ ജോലിയിൽനിന്ന് പിരിച്ചുവിടുമെന്ന അവസ്ഥ വരെ എത്തിയതാണ്. പിന്നെ എല്ലാവരും ചേർന്ന് റിക്വസ്റ്റ് ചെയ്തിട്ടാണ് ഒരു വിധത്തിൽ കാര്യങ്ങൾ പറഞ്ഞു സോൾവാക്കിയത്. അന്ന് പാർട്ടിയിൽ വെച്ച് റോഹിത് ഫോട്ടോ എടുത്തപ്പോൾ അലീസ പ്രതികരിച്ചതും ഈ കാരണം കൊണ്ടാണ്.

കൈയിൽ കോളയുമായി നിന്ന അലീസയുടെ ഫോട്ടോയാണ് പ്രദീപ് എഡിറ്റ് ചെയ്തു കോളയ്ക്ക് പകരം അവിടെ മദ്യക്കുപ്പി കൊണ്ട് വച്ചത് എന്ന സത്യം ജോബിൻ ഡേവിഡിൽ നിന്നും മനസ്സിലാക്കി.

സംഭാഷണത്തിനിടയിൽ ഡേവിഡിന്റെ കാലിലെ ഒരു കെട്ട് ജോബിൻ ശ്രദ്ധിച്ചു.

ആ കെട്ടിനെ പറ്റി ജോബിൻ തിരക്കിയപ്പോൾ അത് കുപ്പിച്ചില്ല് കൊണ്ട് കയറിയതാണ് എന്നായിരുന്നു ഡേവിഡിന്റെ മറുപടി.

എപ്പോഴാണ് അത് സംഭവിച്ചതെന്ന് സംശയത്തോടെ ജോബിൻ തിരക്കി.

ഇരുപത്തിയേഴാം തീയതി ഒരു ഗ്ലാസ് നിലത്തുവീണ് പൊട്ടി. അത് പെറുക്കി എടുക്കുന്നതിനിടയിൽ സംഭവിച്ചതാണ് എന്ന് ഒരു പരുങ്ങലോട് കൂടി ഡേവിഡ് പറഞ്ഞു.

ചുവരിൽ ഫ്രെയിം ചെയ്തിരിക്കുന്ന ഡേവിഡിന്റെ മകൾ സ്റ്റെല്ലയുടെ മനോഹരങ്ങളായ ചിത്രങ്ങൾ ജോബിൻ ശ്രദ്ധിച്ചു.

"ഇത് മകളായിരിക്കും അല്ലേ?" ഫോട്ടോയിലേക്ക് നോക്കി കൊണ്ട് ജോബിൻ ചോദിച്ചു.

"അതെ" എന്ന് മറുപടി പറയുമ്പോഴുള്ള ഡേവിഡിന്റെ ഭാവ വ്യത്യാസം ജോബിൻ ശ്രദ്ധിച്ചു.

മകൾ ഇപ്പോൾ എവിടെയാണെന്ന് ജോബിൻ തിരക്കി.

അവൾ കൂട്ടുകാരികളോടൊപ്പം കൊടൈക്കനാലിൽ ടൂർ പോയിരിക്കുകയാണെന്ന് ഡേവിഡ് പറഞ്ഞപ്പോൾ ജോബിന് അതിൽ എന്തോ പന്തികേട് തോന്നി.

ഈ കേസ് തെളിയുന്നതുവരെ കേസുമായി ബന്ധമുള്ള ആരും സിറ്റി വിട്ട് പുറത്ത് പോവരുതെന്ന് നിർദ്ദേശം തന്നിട്ടുള്ളതല്ലേ. എന്നിട്ടും എന്തിനാണ് അവളെ പുറത്ത് വിട്ടത് എന്ന് ചോദിച്ചുകൊണ്ട്

ജോബിൻ ചൂടായി.

"അവൾ നേരത്തെ തീരുമാനിച്ച് വെച്ചിരുന്ന യാത്രയാണ്. പോലീസിന്റെ നിർദ്ദേശം കിട്ടുന്നതിന് മുൻപ് തന്നെ അവർ പോയിരുന്നു. രണ്ടുദിവസം കഴിയുമ്പോൾ അവൾ ഇങ്ങ് വരും. മാത്രമല്ല ഈ കേസുമായിട്ട് അവൾക്ക് ഒരു ബന്ധവുമില്ല."

വിനയപൂർവ്വം ഡേവിഡ് പറഞ്ഞു.

"കേസുമായി മകൾക്ക് ബന്ധം ഇല്ലെന്ന് ആര് പറഞ്ഞു.ഈ ഫ്ലാറ്റിൽ ഉള്ള മുഴുവൻ പേരും ഈ കേസുമായി ബന്ധപ്പെട്ടവരാണ്. മകൾ വന്നാൽ ഉടനെ എന്നെ വിവരം അറിയിക്കണം"

കാലിൽ ഇനിയും കുപ്പിച്ചില്ല് കൊള്ളാതെ സൂക്ഷിക്കാൻ മുന്നറിയിപ്പ് നൽകി ജോബിൻ അവിടെ നിന്ന് പോയി.

അലീസയുടെ ഫോട്ടോ എഡിറ്റ് ചെയ്തു മാറ്റിയ പ്രദീപിനെ കണ്ട് ജോബിൻ സംസാരിച്ചു. ആ സംഭവത്തിനു ശേഷം അവർ തമ്മിൽ വലിയ അടുപ്പമൊന്നും ഉണ്ടായിരുന്നില്ലെങ്കിലും മറ്റ് പ്രശ്നങ്ങൾ ഒന്നും ഇല്ലായിരുന്നു എന്ന് പ്രദീപ് ജോബിനോട് പറഞ്ഞു.

പ്രദീപ് പോകാൻ തിടുക്കം കാണിച്ചപ്പോൾ ജോബിൻ പോയിട്ട് അത്യാവശ്യം ഉണ്ടോ എന്ന് തിരക്കി. രണ്ടു ദിവസമായിട്ട് ഡേവിഡ് സാർ കാലിന് സുഖമില്ലാത്തതുകൊണ്ട് ലീവാണ്. കാര്യങ്ങളൊക്കെ കുഴഞ്ഞു മറിഞ്ഞു കിടക്കുകയാണ് എന്ന് പ്രദീപ് പറഞ്ഞപ്പോൾ അതിലെന്തോ പൊരുത്തക്കേട് ജോബിന് അനുഭവപ്പെട്ടു. പാർട്ടി കഴിഞ്ഞ ദിവസം രാത്രി റൂമിൽ വച്ച് കുപ്പിച്ചില്ല് കൊണ്ട് കാലിന് പരിക്ക് പറ്റി. നടക്കാൻ വയ്യ വേദന എന്ന് പറഞ്ഞ രണ്ട് ദിവസമായിട്ട് ഡേവിഡ് സാർ വരുന്നില്ല എന്ന് പ്രദീപ് ദിവസം ഓർത്ത് പറഞ്ഞപ്പോൾ ഇരുപത്തിയേഴാം തീയതിയാണ് കുപ്പിച്ചില്ല് കൊണ്ടത് എന്ന് ഡേവിഡ് എന്തിനാണ് കള്ളം പറഞ്ഞത് എന്ന് ജോബിന് സംശയമായി.

പിന്നെ ഒട്ടും വൈകിയില്ല ജോബിൻ അപ്പോൾ തന്നെ ഡേവിഡിനെ ചോദ്യം ചെയ്യാനായി വിളിപ്പിച്ചു. കാലിൽ കുപ്പിച്ചില്ലു കൊണ്ടത് ക്രിസ്മസ് രാത്രിയാണ്. എന്നിട്ട് എന്തുകൊണ്ടാണ് ഇരുപത്തിയേഴാം തീയതി എന്ന് കള്ളം പറഞ്ഞത് എന്ന് ജോബിൻ ഡേവിഡിനോട് ദേഷ്യപ്പെട്ടു ചോദിച്ചു.

അത് പറഞ്ഞപ്പോൾ മാറിപ്പോയതാണ് എന്ന് ഡേവിഡ് വീണ്ടും കള്ളം പറഞ്ഞു.

കൂടുതൽ കള്ളങ്ങൾ പിന്നെയും പറഞ്ഞാൽ പോലീസിന്റെ കയ്യിൽ നിന്നും ഇടി കിട്ടും എന്ന് ഉറപ്പായപ്പോൾ ഉള്ള കാര്യം തുറന്നു പറയാൻ തന്നെ ഡേവിഡ് തീരുമാനിച്ചു.

പാർട്ടി കഴിഞ്ഞ് രാത്രിയിൽ റൂമിൽ ചെന്ന് ഡേവിഡ് ഡോറിൽ മുട്ടി. മകൾ സ്റ്റെല്ല ഡോർ തുറന്നപ്പോൾ ഡേവിഡ് അകത്തേക്ക് കയറാൻ ശ്രമിച്ചു. പെട്ടെന്ന് കാൽവഴുതി നിലത്തേക്ക് വീഴാൻ പോയ ഡേവിഡിനെ മകൾ വീഴാതെ താങ്ങിപ്പിടിച്ചു. ഡേവിഡിന്റെ കാലിൽ എന്തോ ഒന്ന് തറഞ്ഞു കയറി. വേദനയോടെ എന്താണെന്ന് നോക്കിയപ്പോൾ അതൊരു കുപ്പിച്ചില്ല് ആണെന്ന് മനസ്സിലായി. ഡേവിഡ് അപ്പോൾ തന്നെ അത് വിളിച്ചൂരിയെടുത്തു.

അത് ബിയർ കുപ്പിയുടെ കഷണം ആണെന്ന് ഡേവിഡിന് മനസ്സിലായി. മകൾക്ക് നേരെ കുപ്പിച്ചില്ല് നീട്ടിക്കൊണ്ട് ഇതെങ്ങനെ ഇവിടെ വന്നെന്ന് ഡേവിഡ് തിരക്കി.

നന്ദുവാണ് ബിയർ കൊണ്ട് കൊടുത്തത്. അതും സ്റ്റെല്ല പറഞ്ഞിട്ട്. അറിയാതെ കൈ തട്ടി കുപ്പി നിലത്തുവീണു പൊട്ടിയതാണെന്ന് സ്റ്റെല്ല ഡേവിഡിനോട് പറഞ്ഞു.

"മോൾക്ക് ബിയർ വേണമെങ്കിൽ പപ്പയോട് പറഞ്ഞാൽ മതി. ബിയർ കുടിക്കുന്നത് അത്ര വലിയ തെറ്റൊന്നുമല്ല. നിന്റെ മമ്മി ലിക്കർ അടിക്കും" എന്ന മയത്തിലുള്ള ഡേവിഡിന്റെ വാക്കുകൾ കേട്ടപ്പോളാണ് സ്റ്റെല്ലയ്ക്ക് ആശ്വാസമായത്. അവൾ തന്നെ മുറിവിൽ മരുന്നും വച്ചു കെട്ടി കൊടുത്തു.

"പിറ്റേന്ന് രാവിലെയാണ് അലീസ മരിച്ച വിവരം അറിയുന്നത് അതും ബിയർ കുപ്പി കൊണ്ട്. എനിക്കെന്തോ പേടി തോന്നി. പോലീസുകാർക്ക് ചെറിയ കാര്യം മതിയല്ലോ സംശയിക്കാൻ. അതുകൊണ്ട് ഞാനാണ് പറഞ്ഞത് മോളോട് തൽക്കാലം മാറി നിൽക്കാൻ.അവൾ ടൂറിലാണെന്ന് ഞാൻ കള്ളം പറഞ്ഞതാണ്. ഒരു കൂട്ടുകാരിയുടെ വീട്ടിൽ നിൽക്കുകയാണ്."

എവിടെയായാലും നാളെ നേരം വെളുക്കുമ്പോൾ അവൾ ഇവിടെ എത്തണം എന്ന് ജോബിൻ ദേഷ്യത്തോടെ പറഞ്ഞു.

"സാർ അവൾ നിരപരാധിയാണ്"

"നിരപരാധിയാണോ ആണോ അപരാധിയാണോ എന്നൊക്കെ അവൾ ഇവിടെ എത്തിയിട്ട് തീരുമാനിക്കാം. പറഞ്ഞത്

മനസ്സിലായല്ലോ.നാളെ രാവിലെ മോളെയും കൊണ്ട് ഇവിടെ ഹാജരാകണം."ഡേവിഡിനോട് ദേഷ്യത്തിൽ പറഞ്ഞുകൊണ്ട് ജോബിൻ അവിടെ നിന്നും പുറത്തേക്ക് ഇറങ്ങി.

ഒരു നെടുവീർപ്പോടെ കസേരയിൽ ഇരിക്കുന്ന ഡേവിഡിന്റെ അടുത്തേക്ക് അനുപമ ചെന്നു.

"മോൾ അവിടെ ബിയർ കുടിക്കുകയായിരുന്നു എന്നാണോ വിചാരിച്ചിരിക്കുന്നത്. അവിടെ നടന്നത് വേറെ പലതുമാണ്. കുപ്പി പൊട്ടിയത് ആണോ പൊട്ടിച്ചതാണോ എന്നൊക്കെ വഴിയെ അറിയാം"

ഒന്നും മനസ്സിലാകാത്തത് പോലെ ഡേവിഡ് അനുപമയുടെ മുഖത്തേക്ക് നോക്കി.

തനിക്ക് അറിയാത്ത എന്തൊക്കെയോ നിഗൂഢതകൾ അവൾക്കറിയാമെന്ന് ഡേവിഡ് ആ മുഖത്ത് നിന്ന് വായിച്ചെടുത്തു.

തൊട്ടടുത്ത ദിവസം ഡേവിഡ് സ്റ്റെല്ലയെയും കൊണ്ട് സ്റ്റേഷനിൽ എത്തി.

ജോബിൻ തിരിച്ചും മറിച്ചും എല്ലാം അവളോട് ചോദ്യങ്ങൾ ചോദിച്ചു.

"സ്റ്റെല്ലയേയും നന്ദുവിനെയും ഒരുമിച്ചു കാണാൻ പാടില്ലാത്ത സാഹചര്യത്തിൽ അലീസ കാണുന്നു.അവളത് ആരോടെങ്കിലും പറയുമോ എന്ന് നിങ്ങൾ ഭയക്കുന്നു. മദ്യത്തിന്റെ ലഹരിയിൽ ആയിരുന്ന നന്ദു അവളെ ഇല്ലാതാക്കാൻ തീരുമാനം എടുക്കുന്നു. നിങ്ങൾ ഒരുമിച്ച് അല്ലെങ്കിൽ ഒരാൾ ഒറ്റയ്ക്ക് ആ ദൗത്യം പൂർത്തിയാകുന്നു. ശരിയല്ലേ?"

പോലീസുകാർ കുറ്റം തന്റെ ചുമലിൽ വയ്ക്കാനുള്ള ഉള്ള ശ്രമമാണെന്ന് സ്റ്റെല്ലക്ക് മനസ്സിലാക്കുന്നു. ജോബിൻ കൂടുതൽ കഥകൾ മെനഞ്ഞ് ഉണ്ടാക്കുന്നതിന് മുമ്പ് തന്നെ സ്റ്റെല്ല ഉണ്ടായ കാര്യങ്ങൾ തുറന്നു പറഞ്ഞു.

"നോ സാർ ഞങ്ങളല്ല. സാർ പറഞ്ഞ ഒരുകാര്യം സത്യമാണ്. ഞങ്ങളെ ഒരുമിച്ച് അവൾ കണ്ടിരുന്നു. അതിൽ ഞങ്ങൾക്ക് ടെൻഷനും ഉണ്ടായിരുന്നു. നന്ദു പോയി കഴിഞ്ഞു ഞാൻ അതിനെ കുറിച്ച് ആലോചിച്ചു. അന്ന് എനിക്ക് ഉറങ്ങാനേ കഴിഞ്ഞില്ല. കുറേ നേരം മുറിയിൽ ഓരോന്ന് ആലോചിച്ചു നടന്നു. സമാധാനം കിട്ടാത്തതുകൊണ്ട് വെറുതെ ഡോർ തുറന്നു പുറത്തേക്ക്

നോക്കിയപ്പോൾ അവരുടെ കമ്പനിയിലെ എംഡി ജയറാം സാർ അലീസയുടെ മുറിയിലേക്ക് കയറി പോകുന്നത് ഞാൻ കണ്ടു. പെട്ടെന്ന് ഞാൻ ഡോർ ക്ലോസ് ചെയ്ത് തിരിഞ്ഞപ്പോൾ കൈതട്ടി ടടേബിളിൽ ഇരുന്ന ബിയർ കുപ്പി നിലത്തു വീണു പൊട്ടി. ഞാൻ അപ്പോൾ തന്നെ അത് ക്ലീൻ ചെയ്തു. ഇതാണ് സാർ സത്യത്തിൽ അന്ന് ഉണ്ടായത്."

"അലീസയുടെ മുറിയിൽ വന്നയാൾ ജയറാമാണെന്ന് സ്റ്റെല്ലക്ക് ഉറപ്പാണോ?" വിശ്വസിക്കാനാവാത്തത് പോലെ ജോബിൻ ചോദിച്ചു.

ജയറാമിനെ നേരിട്ട് കണ്ടിട്ടില്ലെങ്കിലും ഫോട്ടോയിൽ കണ്ടിട്ടുള്ള രൂപം വെച്ച് നോക്കുമ്പോൾ അത് അയാൾ തന്നെയായിരുന്നു എന്ന് ഉറപ്പിച്ചു പറയാൻ പറ്റും എന്ന് സ്റ്റെല്ല പറഞ്ഞു.

"അലീസയുടെ ഫ്ലാറ്റിൽ എന്തെങ്കിലും ബഹളം കേട്ടിരുന്നോ"

"ഇല്ല സാറേ, ഞാൻ അപ്പോൾ തന്നെ ഡോർ ക്ലോസ് ചെയ്തു പോയി കിടന്നു. പിന്നെ എന്ത് നടന്നു എന്ന് എനിക്കറിയില്ല. പേടിച്ചിട്ടാണ് ഞാൻ ഇക്കാര്യം പുറത്ത് പറയാതിരുന്നത്."

സ്റ്റെല്ല ജോബിനെയും അനുപമയും മാറി മാറി നോക്കി.

"സ്റ്റെല്ല ഇക്കാര്യം ആദ്യമേ ഞങ്ങളോട് തുറന്നു പറഞ്ഞിരുന്നെങ്കിൽ മറ്റുള്ളവരെ ഈ കേസിലേക്ക് വലിച്ചിഴച്ച് ബുദ്ധിമുട്ടിക്കേണ്ടി വരില്ലായിരുന്നു. നമ്മൾ തെറ്റ് ചെയ്തിട്ടില്ലെന്ന് പൂർണ വിശ്വാസം ഉണ്ടെങ്കിൽ അറിയാവുന്ന കാര്യങ്ങൾ പോലീസിനോട് തുറന്ന് പറയണം. ഇരുകൂട്ടർക്കും അത് ഉപകാരപ്രദമാകും." ജോബിൻ അവൾക്ക് ഉപദേശം നൽകി.

സ്റ്റെല്ലയെയും ഡേവിഡിനെയും അപ്പോൾ തന്നെ വിട്ടയക്കുകയും ചെയ്തു.

ബിസിനസ് ടൂറിൽ ആയിരുന്ന ജയറാം തൊട്ടടുത്ത ദിവസം നാട്ടിൽ എത്തി എന്ന് അറിഞ്ഞപ്പോൾ തന്നെ അയാളെ കാണാൻ വേണ്ടി ജോബിൻ അയാളുടെ വീട്ടിലേക്ക് പോയി.

പോലീസ് ആണെന്ന് അറിഞ്ഞപ്പോൾ സെക്യൂരിറ്റി അവരെ അകത്തേക്ക് കടത്തി വിട്ടു.

വീട്ടിലേക്ക് കയറി ചെന്ന ജോബിനെ ജയറാമിന് മനസ്സിലായി. ജോബിൻ അങ്ങോട്ട് ചോദ്യങ്ങൾ ചോദിക്കുന്നതിനു മുൻപ് തന്നെ ജയറാം തനിക്ക് പറയാനുള്ള കാര്യങ്ങൾ ജോബിനോട് പറഞ്ഞു.

"അന്ന് രാത്രി ഞാൻ എന്തിനാണ് അലീസയുടെ ഫ്ലാറ്റിൽ പോയത് എന്നാകും നിങ്ങളുടെ സംശയം. തികച്ചും വ്യക്തിപരം. ഞങ്ങൾ തമ്മിൽ ഇഷ്ടത്തിലായിരുന്നു. വിവാഹം കഴിക്കാൻ ഞങ്ങൾ ഉറപ്പിച്ചതും ആണ്. പക്ഷേ ആ നയൻതാരയുടെ പേര് പറഞ്ഞ് അവൾ എപ്പോഴും വഴക്കിട്ടുകൊണ്ടിരുന്നു. എനിക്ക് അവളുമായി വഴിവിട്ട ബന്ധമാണെന്ന് അവൾ തെറ്റിദ്ധരിച്ചു. അതങ്ങനെയല്ല എന്ന് അവളെ പറഞ്ഞ് ബോധ്യപ്പെടുത്താൻ എത്ര ശ്രമിച്ചിട്ടും സാധിച്ചില്ല."

നയൻതാരയുമായി ജയറാമിന് യാതൊരു ബന്ധവുമില്ല എന്ന് വിശ്വസിക്കാൻ ജോബിൻ തയ്യാറായില്ല.

"നയൻതാരയുമായി നിങ്ങൾക്ക് യാതൊരു ബന്ധവും ഇല്ലെന്ന് പറഞ്ഞാൽ വിശ്വസിക്കാൻ അല്പം ബുദ്ധിമുട്ടുണ്ട്."

"ഓഫിസർ, ഞാൻ ഒരു ബിസിനസ്മാനാണ്. കഴിവുള്ളവരെ എന്നും നിലനിർത്തേണ്ടത് കമ്പനിയുടെ ആവശ്യമാണ്. അതിന് പല മാർഗ്ഗങ്ങളും സ്വീകരിക്കേണ്ടി വരും. എനിക്ക് ആത്മാർത്ഥത അലീസയോട് മാത്രമായിരുന്നു. അവളോടുള്ള എന്റെ സ്നേഹം സത്യമാണെന്ന് അവളെ വിശ്വസിപ്പിക്കാൻ ഞാൻ തീരുമാനിച്ചു. ക്രിസ്മസ് പാർട്ടിയിലാണ് എല്ലാവരും എന്ന് എനിക്കറിയാമായിരുന്നു. ആരുമറിയാതെ അവളെ കാണാൻ തീരുമാനിച്ചു. ഞാൻ വരുമെന്നും അവളോട് വേഗം ഫ്ലാറ്റിൽ എത്തണമെന്നും ഞാൻ മൊബൈലിൽ മെസ്സേജ് ചെയ്തു."

അന്നുണ്ടായ കാര്യങ്ങൾ ജയറാം ഓർത്തു പറഞ്ഞു.

ഫ്ളാറ്റിന് കുറച്ച് അകലെയായി ജയറാം കാർ പാർക്ക് ചെയ്തശേഷം ഫ്ളാറ്റിന് അടുത്തേക്ക് നടന്നു ചെന്നു. സെക്യൂരിറ്റി കസേരയിൽ ചാരി ഇരിക്കുന്നുണ്ടായിരുന്നു. ഇടയ്ക്കിടെ അയാൾ മയക്കത്തിലേക്ക് പോകുന്നത് ജയറാം ശ്രദ്ധിച്ചു.

ഗേറ്റ് പൂട്ടിയിട്ടില്ല എന്ന് മനസ്സിലാക്കിയ ജയറാം സെക്യൂരിറ്റിയുടെ ശ്രദ്ധ മാറി മയക്കത്തിലായ തക്കത്തിന് അകത്തേക്ക് പ്രവേശിച്ചു.

ആരും കാണാതെ അകത്തു കയറി ജയറാം അലീസയുടെ ഫ്ലാറ്റിലെത്തി.

ഈ സമയം ജയറാമിന്റെ മെസ്സേജ് കിട്ടിയത് അനുസരിച്ച് അലീസ പാർട്ടിയിൽ നിന്നും ഇറങ്ങി തന്റെ ഫ്ലാറ്റിൽ എത്തിയിരുന്നു. ജയറാം അവിടെ എത്തിയപ്പോൾ അവൾ ഡോർ തുറന്നു.

അകത്തേക്ക് കയറിയ ജയറാമും അവളും തമ്മിൽ തർക്കമായി. നയൻതാരയുമായി തനിക്ക് ഒരു ബന്ധവുമില്ലെന്ന് ജയറാം അവളെ പറഞ്ഞു വിശ്വസിപ്പിക്കാൻ ഉള്ള ശ്രമങ്ങൾ നടത്തി. നയൻതാരയോട് അല്പം അയഞ്ഞു പെരുമാറുന്നത് ഒരു ബിസിനസ് ട്രിക്ക് മാത്രമാണ് എന്ന് ജയറാം അവളെ ബോധ്യപ്പെടുത്താൻ ശ്രമിച്ചു. അതുപോലെ ഒരു ബിസിനസ് ട്രിക്കാണോ താനും എന്ന് അലീസ അവനോട് ചോദിച്ചു.

ജയറാം താൻ കൊണ്ടുവന്ന ഒരു മോതിരം എടുത്ത് അവളുടെ കൈവിരലിൽ അണിയിച്ചു.

"ഇതിൽ കൂടുതൽ വിശ്വസിപ്പിക്കാൻ എനിക്ക് കഴിയില്ല"

ആ മോതിരത്തിൽ ജയറാമിന്റെ പേര് പതിപ്പിച്ചിട്ടുണ്ടായിരുന്നു. അത് കണ്ടപ്പോൾ അവളുടെ കണ്ണുകൾ സന്തോഷം കൊണ്ട് നിറഞ്ഞു. സ്നേഹത്തോടെ അവൾ ജയറാമിനെ ആലിംഗനം ചെയ്തു.

പിന്നെ അധിക സമയം അവിടെ നിൽക്കുന്നത് പന്തിയല്ല എന്ന് പറഞ്ഞ് ജയറാമിനോട് പൊയ്ക്കൊള്ളാൻ അലീസ ആവശ്യപ്പെട്ടു.

ജയറാം പോകാനായി പുറത്തേക്കിറങ്ങിയപ്പോൾ പാർട്ടി കഴിഞ്ഞ് എല്ലാവരും പോകുന്നത് കണ്ടു. കാഞ്ചന കാൽതെറ്റി നിലത്തു വീണതും ഡേവിഡ് പിടിച്ചു എഴുന്നേൽപ്പിച്ചതും എല്ലാം ജയറാം കണ്ടു. ജയറാം വീണ്ടും അലീസയുടെ മുറിയിലേക്ക് കയറി ഇരുന്നു. എല്ലാവരും പോയി കഴിഞ്ഞപ്പോൾ ജയറാം പുറത്തിറങ്ങി പതിയെ അവിടെ നിന്നും പോയി.

ഇത്രയുമാണ് അന്ന് നടന്ന കാര്യങ്ങൾ. എല്ലാം കേട്ടുകഴിഞ്ഞപ്പോൾ "ജയറാം തിരിച്ചെത്തിയപ്പോഴും സെക്യൂരിറ്റി ഉറക്കത്തിലായിരുന്നോ" എന്ന് ജോബിൻ ചോദിച്ചു.

"തിരിച്ചു പോയപ്പോൾ സെക്യൂരിറ്റിയെ അവിടെ കണ്ടില്ല. ബാത്റൂമിൽ എങ്ങാനും പോയി കാണും എന്ന് കരുതി ഞാൻ അപ്പോൾ തന്നെ അവിടെ നിന്ന് പോയി. പിറ്റേന്ന് ഞാനറിയുന്നത് അലീസയുടെ മരണവാർത്തയാണ്. ജീവിതത്തിൽ ഞാൻ ആത്മാർത്ഥമായിട്ട് ഒരാളെയേ സ്നേഹിച്ചിട്ടുള്ളൂ. അത് അവളെ മാത്രമാണ്. അവളെ ഇങ്ങനെ ക്രൂരമായി കൊലപ്പെടുത്തിയത് ആരായാലും അവന്റെ അന്ത്യം എന്റെ കൈ കൊണ്ടായിരിക്കും" ജയറാം ദേഷ്യവും വിഷമവും കടിച്ചമർത്തി.

"ആരുടെയും വിധിയെഴുതാൻ ഉള്ള അധികാരം ഒന്നും താങ്കൾക്ക് ആരും കൽപ്പിച്ച് തന്നിട്ടില്ല കുറ്റവാളികൾ ആരായാലും അയാളെ ഞങ്ങൾ കണ്ടെത്തും അർഹിക്കുന്ന ശിക്ഷ വാങ്ങി കൊടുക്കുകയും ചെയ്യും." എന്ന് ജയറാമിനോട് ജോബിൻ ശബ്ദമുയർത്തി പറഞ്ഞു.

എത്ര പേർക്ക് ശിക്ഷ വാങ്ങി കൊടുത്തിട്ടുണ്ട് മിസ്റ്റർ ജോബിൻ ജേക്കബ് സാർ" എന്ന ജയറാമിന്റെ അപ്രതീക്ഷിതമായ ചോദ്യം ജോബിന്റെ ഹൃദയത്തിൽ ആഴത്തിൽ പതിച്ചു.

ഒന്നും മിണ്ടാതെ ജോബിൻ അവിടെനിന്നും ഇറങ്ങിപ്പോയി. ജോബിൻ അന്വേഷിച്ച രണ്ട് കേസുകൾ പൂർത്തിയാക്കാൻ കഴിയാതെ ഒടുവിൽ കൈമാറുകയുണ്ടായത്. അതിന്റെ മാനക്കേട് ഇതുവരെയും മാറിയിട്ടില്ല. അതുകൊണ്ടുതന്നെ പറഞ്ഞ സമയത്തിനുള്ളിൽ കേസ് തെളിയിക്കേണ്ടത് ഇപ്പോൾ ജോബിന്റെ ആവശ്യമാണ്.

ജോബിന്റെ അന്വേഷണം ചെന്നെത്തിയത് ഫ്ലാറ്റിലെ സെക്യൂരിറ്റിയായ തോമസിലാണ്. ഒരുപാട് വഴികളിലൂടെ സഞ്ചരിച്ചാണ് ജോബിൻ തോമസിലേയ്ക്ക് എത്തിയത്. മുകളിലിരിക്കുന്നവൻ അറിയാതെ താഴെ ഒന്നും നടക്കില്ല എന്നാണല്ലോ പഴമക്കാർ പറയുന്നത്. അതുപോലെ തോമസ് അറിയാതെ ഫ്ലാറ്റിൽ ഒന്നും നടക്കില്ല എന്ന് ജോബിനും അറിയില്ലായിരുന്നു

കുറെയേറെ തെളിവുകളുടെ അടിസ്ഥാനത്തിൽ ജോബിൻ തോമസിനെ ചോദ്യം ചെയ്തു.

"അന്ന് പാർട്ടി കഴിഞ്ഞ് എല്ലാവരും പോയി കഴിഞ്ഞപ്പോൾ തോമസ് എങ്ങോട്ടാണ് പോയത്.?"

"ഞാനെവിടെ പോകാൻ ഞാൻ അവിടെത്തന്നെ ഉണ്ടായിരുന്നു." ഒരു കൂസലുമില്ലാതെ തോമസ് പറഞ്ഞു.

പക്ഷേ അത് പച്ചക്കള്ളമാണെന്ന് ജോബിന് അറിയാമായിരുന്നു.

"കള്ളം പറയാൻ നോക്കണ്ട. നീ അവിടെ ഇല്ലായിരുന്നു. നിന്റെ കണ്ണിൽ പെടാത്ത പലതും അന്നവിടെ നടന്നിട്ടുമുണ്ട്. ഇനിയും നീ എല്ലാം മറക്കാൻ ശ്രമിക്കുന്നത് വിഡ്ഢിത്തമാണ്. നേരിന്റെ ഒരു കൈയകലത്തിലാണ് ഞങ്ങൾ ഇപ്പോൾ എത്തി നിൽക്കുന്നത്"

ജോബിന്റെ സംസാരത്തിൽ നിന്നും തോമസിന് ഒരു കാര്യം മനസ്സിലായി. തന്നെ കുറിച്ച് എല്ലാം അറിഞ്ഞു കൊണ്ടാണ് ജോബിൻ

എത്തിയിട്ടുള്ളത്. പോലീസ് എപ്പോഴായാലും തന്നെ തേടിയെത്തുമെന്ന് തോമസിന് ഉറപ്പുണ്ടായിരുന്നു.

ഫ്ലാറ്റിൽ പാർട്ടി നടക്കുമ്പോഴെല്ലാം നയൻതാര സെക്യൂരിറ്റിയെ വിളിച്ച് മിച്ചം വരുന്ന മദ്യമൊക്കെ നൽകാറുണ്ട്. അന്നും പതിവുപോലെ നയൻതാര തോമസിനെ ഫ്ലാറ്റിലേക്ക് വിളിച്ചിരുന്നു.

കഴിക്കാൻ ഫുഡ് ഒരുപാട് ഉണ്ടായിരുന്നത് കൊണ്ട് എല്ലാം താഴെ കൊണ്ട് പോകാൻ നിൽക്കണ്ട അവിടെ വച്ച് കഴിച്ചോളൂ എന്ന് പറഞ്ഞ് നയൻതാര തോമസിന് മദ്യവും ആഹാരവും നൽകി. കലശലായ തലവേദന കാരണം മുറിയിലേക്ക് പോയി ഉറങ്ങാൻ കിടന്നു. കഴിച്ചിട്ട് പോകാൻ നേരം ഡോർ ലോക്ക് ചെയ്യാൻ മറക്കരുത് എന്ന് തോമസിനോട് പ്രത്യേകം പറഞ്ഞു.

അവിടെയിരുന്ന് ആവശ്യത്തിനുള്ള ആഹാരവും കഴിച്ച് ഡോർ ലോക്ക് ചെയ്ത് ബാക്കി വന്ന ബിയർ ബോട്ടിലും എടുത്ത് തോമസ് പുറത്തിറങ്ങി. അലീസയുടെ ഫ്ളാറ്റിന് മുന്നിൽ എത്തിയപ്പോൾ അവൾ ആരെയോ ഫോൺ ചെയ്തുകൊണ്ട് നിൽക്കുന്നത് തോമസ് കണ്ടു.

മദ്യത്തിന്റെ ലഹരിയിൽ ആയിരുന്ന തോമസ് അലീസയെ അടിമുടി നോക്കി. അവൾ മുറിയിലേക്ക് കയറാൻ ശ്രമിച്ചപ്പോൾ പിന്നാലെ ചെന്ന തോമസ് അവൾ ഡോർ അടയ്ക്കും മുൻപേ മുറിയിലേക്ക് കയറി.

അപ്രതീക്ഷിതമായി അയാളെ കണ്ട അലീസ ഞെട്ടി. ബിയർ കുപ്പി മേശപ്പുറത്തു വയ്ച്ച ശേഷം തോമസ് അവളെ കടന്നു പിടിക്കാൻ ശ്രമിച്ചു. അവൾ കുതറി മാറി. തോമസിൽ നിന്നും രക്ഷപ്പെടാനായി മേശപ്പുറത്തിരുന്ന ബിയർ കുപ്പി എടുത്ത് മേശയിലടിച്ച് പൊട്ടിച്ച ശേഷം തോമസിന് നേരെ നീട്ടി. തോമസ് കുപ്പി അവളുടെ കൈയിൽ നിന്നും പിടിച്ച് വാങ്ങി. പിന്നീട് ഉണ്ടായ ബലപ്രയോഗത്തിനിടയിൽ അബദ്ധത്തിൽ കുപ്പി അവളുടെ കഴുത്തിൽ പൊത്തുകയറി.

അവൾ നിലത്തു വീണു പിടയുന്നത് കണ്ടപ്പോൾ ഭയന്നുപോയേ തോമസ് അവിടെ നിന്നും അപ്പോൾ തന്നെ ഇറങ്ങി ഓടി.

പക്ഷേ തോമസ് പറഞ്ഞ ഈ കള്ളക്കഥ വിശ്വസിക്കാൻ ജോബിൻ തയ്യാറായില്ല. തോമസ് ആരെയോ രക്ഷിക്കാൻ ശ്രമിക്കുന്നുണ്ടെന്ന് ജോബിന് മനസ്സിലായി.

"രണ്ട് ദിവസം മുൻപ് മകളെ എൻജിനീയറിങ് കോളേജിൽ ചേർത്തു അല്ലേ? ഇതേ കോളേജിൽ അഡ്മിഷൻ കിട്ടാത്തത്കൊണ്ട് നിങ്ങളുടെ മകൾ ആത്മഹത്യ ചെയ്യാൻ ശ്രമിച്ചിരുന്നു. അഡ്മിഷൻ കിട്ടാൻ ഉള്ള പണം കെട്ടിവെക്കാൻ അന്ന് നിങ്ങളുടെ കൈയിൽ ഇല്ലായിരുന്നു. അത്രയും വലിയ തുക ഇപ്പോൾ എവിടുന്ന് പൊട്ടിമുളച്ചു. അലാവുദീന്റെ അത്ഭുത വിളക്ക് കിട്ടിയോ? അതോ ലോട്ടറിയടിച്ചോ? അതേ കോളേജിൽ 5 ലക്ഷം രൂപ ഡൊണേഷൻ കൊടുത്തു മകൾക്ക് അഡ്മിഷൻ വാങ്ങി കൊടുക്കാൻ നിസ്സാര ശമ്പളം വാങ്ങുന്ന നിങ്ങൾക്ക് സാധിക്കില്ല എന്ന് മനസ്സിലാക്കാൻ ഒരുപാട് ബുദ്ധിയൊന്നും വേണ്ട"

മകൾക്ക് അഡ്മിഷൻ കിട്ടിയ കാര്യം ജോബിൻ അറിഞ്ഞു എന്ന് മനസ്സിലാക്കിയപ്പോൾ താൻ പറഞ്ഞ കള്ളം തിരുത്തി പറയാതെ തോമസിന് മറ്റൊരു മാർഗ്ഗം ഉണ്ടായിരുന്നില്ല.

അന്ന് രാത്രി സംഭവിച്ചത് മറ്റൊന്നായിരുന്നു.

നയൻതാരയുടെ ഫ്ലാറ്റിൽ നിന്ന് ആഹാരവും മദ്യവും കഴിച്ചശേഷം ഡോർ ക്ലോസ് ചെയ്ത് തോമസ് പുറത്തേക്കിറങ്ങി. അലീസയുടെ ഫ്ലാറ്റിന് മുന്നിൽ എത്തിയപ്പോൾ കാഞ്ചന അലീസയുടെ റൂമിൽ നിന്നും പരവേശത്തോടെ പുറത്തിറങ്ങുന്നത് തോമസ് കണ്ടു.

"മാഡം പോയില്ലായിരുന്നോ" തോമസ് അടുത്തേക്ക് ചെന്നു.

ഒന്നും മിണ്ടാതെ പേടിച്ച് കിതപ്പോടെ നിൽക്കുന്ന കാഞ്ചനയെ കണ്ട് സംശയം തോന്നിയ തോമസ് പകുതി തുറന്നു കിടക്കുന്ന ഡോറിലൂടെ അകത്തേക്ക് നോക്കി.

നിലത്ത് മരിച്ച് കിടക്കുന്ന അലീസയെ കണ്ട് തോമസ് ഞെട്ടിത്തെറിച്ചു.

"മാഡം എന്തായിത്? അമ്പരപ്പോടെ തോമസ് കാഞ്ചനയെ നോക്കി

"ഞാനല്ല സത്യമായിട്ടും ഞാനല്ല" കാഞ്ചന തന്റെ നിരപരാധിത്വം തെളിയിക്കാൻ ശ്രമിച്ചു.

"ഞാനിപ്പോൾ പോലീസിനെ വിളിക്കും" കാഞ്ചനയെ വിശ്വസിക്കാൻ തോമസ് തയ്യാറായില്ല.

കാഞ്ചന തോമസിനോട് കേണപേക്ഷിച്ചു. എത്ര പറഞ്ഞിട്ടും തോമസ് അവളെ വിശ്വസിച്ചില്ല. അയാൾ പോലീസിനെ വിളിക്കും എന്ന് ഉറപ്പായപ്പോൾ കാഞ്ചന തന്റെ കയ്യിലും കഴുത്തിലും

ഉണ്ടായിരുന്ന സ്വർണാഭരണങ്ങൾ തോമസിന് അഴിച്ചു കൊടുത്തു. പണം വേണമെങ്കിൽ അതും തരാം പക്ഷേ താൻ ഇവിടെ വന്ന വിവരം വേറെ ആരും അറിയരുതെന്ന് കാഞ്ചന തോമസിനോട് അപേക്ഷ സ്വരത്തിൽ പറഞ്ഞു.

കാഞ്ചന കൊടുത്ത പണം കൊണ്ടാണ് തോമസ് മകൾക്ക് അഡ്മിഷൻ വാങ്ങി കൊടുത്തത്. കാഞ്ചനയോടുള്ള നന്ദി സൂചകമായിട്ടാണ് കുറ്റം സ്വയം ഏറ്റെടുക്കാൻ അയാൾ തയ്യാറായത്.

"അപ്പോൾ കാഞ്ചനയാണ് താരം. തോമസ് ഇപ്പോൾ പൊയ്ക്കൊള്ളൂ. പക്ഷേ ഇനിയും നിങ്ങളെ ഞങ്ങൾക്ക് ആവശ്യമായിട്ട് വരും. മകളോട് നന്നായിട്ട് പഠിക്കാൻ പറയണം. അവർക്കറിയില്ലല്ലോ അവളുടെ അഡ്മിഷന് ഒരു ജീവന്റെ വിലയുണ്ടെന്ന്." ജോബിൻ അത് പറഞ്ഞപ്പോൾ കുറ്റബോധം കൊണ്ട് തോമസ് തല കുനിച്ചു.

ക്രിസ്മസ് രാത്രി പാർട്ടി കഴിഞ്ഞ് പോയപ്പോൾ കാഞ്ചന കാൽ തെന്നി നിലത്തുവീണു. കയ്യിലുണ്ടായിരുന്ന ബാഗും ഐപാഡും തെറിച്ചുപോയി. സമീപത്തുണ്ടായിരുന്ന ഡേവിഡ് കാഞ്ചനയെ പിടിച്ച് എഴുന്നേൽപ്പിച്ച് ബാഗും എടുത്ത് കൊടുത്തു. വീഴ്ചയുടെ ആഘാതത്തിൽ കയ്യിൽ നിന്നും തെറിച്ചു പോയ ഐപാഡിന്റെ കാര്യം കാഞ്ചന ഓർത്തില്ല. വീട്ടിലെത്തിയപ്പോഴാണ് ഐപാഡ് നഷ്ടപ്പെട്ട വിവരം അവൾ മനസ്സിലാക്കിയത്. ഏറെ വിലപ്പെട്ടതായത് കൊണ്ടും മറ്റാരുടെയെങ്കിലും കൈയിൽ കിട്ടിയാൽ പല രഹസ്യവും പുറത്താകും എന്നുറപ്പുള്ളത് കൊണ്ടും അപ്പോൾ തന്നെ അവൾ ഫ്ലാറ്റിലേക്ക് തിരിച്ചു.

ഫ്ലാറ്റിലെത്തിയ കാഞ്ചന താൻ കാൽ തെന്നി വീണ പരിസരത്തെല്ലാം ഐപാഡ് അന്വേഷിച്ചു. പക്ഷേ അവിടെ എങ്ങും ഐപാഡ് കണ്ടില്ല. അവൾ അതിലേക്ക് മൊബൈലിൽ നിന്നും കോൾ ചെയ്തു. അലീസയുടെ മുറിയിൽനിന്നും തന്റെ ഐപാഡ് ശബ്ദിക്കുന്നത് അവൾ കേട്ടു.

അലീസയുടെ ഫ്ലാറ്റിന്റെ ഡോർ മുക്കാൽ ഭാഗത്തോളം മാത്രമേ അടഞ്ഞിരുന്നുള്ളൂ. ഐപാഡിന് വേണ്ടി കാഞ്ചന അകത്തേക്ക് കയറി. നിലത്ത് മരിച്ച നിലയിൽ അലീസയുടെ മൃതദേഹം കണ്ട് കാഞ്ചന പേടിച്ച് പുറത്തേക്കിറങ്ങി. അപ്പോഴാണ് അത് കണ്ടുകൊണ്ട് തോമസ് അവിടെ എത്തിയത്. കാഞ്ചനയെ അവിടെ കണ്ട തോമസ്

കാഞ്ചനയാണ് അലീസയെ കൊലപ്പെടുത്തിയതെന്ന് തെറ്റിദ്ധരിച്ചു. അയാൾ പോലീസിൽ പറയും എന്ന് പറഞ്ഞപ്പോൾ മറ്റു മാർഗ്ഗങ്ങൾ ഇല്ലാതെ അയാൾക്ക് പണവും സ്വർണവും കൊടുത്ത് അയാളുടെ നാവടച്ചു. ഐപാഡ് എങ്ങനെ അലീസയുടെ ഫ്ലാറ്റിൽ എത്തി എന്ന് മാത്രം കാഞ്ചനയ്ക്ക് മനസ്സിലായില്ല.

ഇക്കാര്യങ്ങളെല്ലാം കാഞ്ചന ജോബിനോടു തുറന്നു പറഞ്ഞു.

"വാങ്ങിയ സ്വർണം തോമസ് തിരികെ തരും. നഷ്ടപ്പെട്ട പണത്തെ കുറിച്ച് ആലോചിച്ച് വിഷമിക്കേണ്ട. ഒരു നല്ല കാര്യം ചെയ്തു എന്ന് കരുതിയാൽ മതി. ആ പണം കൊണ്ട് ഒരു പെൺകുട്ടിയുടെ ഭാവി ജീവിതം രക്ഷപ്പെട്ടു. അതോർത്തു സമാധാനിച്ചു കൊള്ളൂ."

ജോബിൻ ചോദ്യം ചെയ്ത ശേഷം കാഞ്ചനയെ വിട്ടയച്ചു.

കാഞ്ചന പറഞ്ഞതെല്ലാം അപ്പാടെ വിശ്വസിക്കാൻ അനുപമ തയ്യാറായില്ല.

പക്ഷേ കാഞ്ചനയെ സംശയിക്കാതിരിക്കാൻ നിരവധി കാരണങ്ങൾ ജോബിനുണ്ടായിരുന്നു. ജയറാമിന്റെ മൊഴിയനുസരിച്ച് മരിക്കുന്നതിന് മുൻപ് അലീസയുടെ കൈവിരലിൽ അയാൾ ഒരു മോതിരം ചാർത്തിയിരിക്കുന്നു. പക്ഷേ മൃതദേഹത്തിൽ നിന്നും അങ്ങനെയൊരു മോതിരം കിട്ടിയിട്ടില്ല. ജയറാം പറഞ്ഞത് സത്യമാണോ എന്നറിയാൻ വേണ്ടി നിറ്റിനിലെ പ്രധാനപ്പെട്ട നാല് ജ്വല്ലറികളിൽ ജോബിൻ അന്വേഷണം നടത്തി. ഇരുപത്തിനാലാം തീയതി വൈകുന്നേരം ജയറാം എന്നപേര് പതിപ്പിച്ച ഒരു മോതിരം എംഎസ് ജുവലറിയിൽ നിന്നും ജയറാം വാങ്ങിയ ബില്ലിന്റെ കോപ്പി തെളിവിനായി ജോബിൻ വാങ്ങി.

ലക്ഷങ്ങളുടെ മുതൽ കയ്യിലും കഴുത്തിലും ഉള്ള കാഞ്ചന വെറുമൊരു മോതിരം എന്തായാലും എടുക്കാൻ മുതിരില്ല. അതോ മറ്റാരോ ആണ് എടുത്തിരിക്കുന്നത്. ആ മോതിരം അലീസയുടെ കൈയിൽ കിടക്കുന്നത് ഇഷ്ടമല്ലാത്ത ആരോ ഒരാൾ. അങ്ങനെ ആലോചിച്ചാൽ അവർക്കുമുന്നിൽ ഇപ്പോൾ ഉള്ളത് നയൻതാരയാണ്. പക്ഷേ അവർക്കെതിരെ അവരുടെ കൈയിൽ തെളിവുകൾ ഒന്നുമില്ല.

ന്യൂ ഇയറിന് ഒരു ദിവസം കൂടിയേ ബാക്കിയുള്ളൂ. അതിനുള്ളിൽ കേസ് തെളിയിച്ചേ മതിയാകു. ഇതിപ്പോൾ ഒരു വാശി മാത്രമല്ല ജോബിന്റെ ജീവിതം കൂടിയാണ്.

ഒരു കോഫി ഷോപ്പിനു മുന്നിലത്തെ ടേബിളിന് ഇരു വശങ്ങളിലായി ഇരുന്നുകൊണ്ട് അനുപമയും ജോബിനും തമ്മിൽ കേസിന്റെ കാര്യങ്ങൾ ചർച്ച ചെയ്തു കൊണ്ടിരുന്നപ്പോൾ വെയ്റ്റർ രമേശ് ബില്ല് കൊണ്ട് വന്ന് ജോബിന് നേരെ നീട്ടി.

"സാർ പാഴ്സൽ എന്തെങ്കിലും ആവശ്യമുണ്ടോ?"

എന്തെങ്കിലും വേണോ എന്നർത്ഥത്തിൽ ജോബിൻ അനുപമയെ നോക്കി.

"എന്താ ഉള്ളത്?" രമേശിനോട് അനുപമ തിരക്കി

"പിസ്സ"

"പിസ്സ രണ്ടെണ്ണം എടുത്തോ" അനുപമ രണ്ട് പിസ്സ ഓർഡർ ചെയ്തു

പിസ്സ എന്ന് രമേശ് പറഞ്ഞത് ജോബിന്റെ കാതിൽ വീണ്ടും മുഴങ്ങി കേട്ടു. ജോബിന് അതിൽ എന്തോ ഒരു പന്തികേട് മണത്തു. ഫ്ളാറ്റിലെ സെക്യൂരിറ്റിയെ ചോദ്യം ചെയ്തപ്പോൾ പാർട്ടിയിൽ ഉണ്ടായിരുന്നവർ അല്ലാതെ പുറത്തുനിന്ന് ആരും അവിടെ ചെന്നിട്ടില്ല. പിന്നെ ആകെ വന്നത് പിസ്സ ഡെലിവറി ചെയ്യുന്ന ആളാണ്. അത് ആരെങ്കിലുമൊക്കെ ഇടക്ക് വരാറുണ്ട്. അതല്ലാതെ മറ്റാരും വന്നതായിട്ട് ഓർക്കുന്നില്ല എന്നാണ് പറഞ്ഞത്.

ജോബിന് എന്തോ ഒരു സംശയം തോന്നി. അനുപമയോടൊപ്പം ജോബിൻ ഫ്ളാറ്റിലേക്ക് പോയി. അന്ന് രാത്രി പിസ്സ ഡെലിവറി ചെയ്തതാരാണെന്ന് തോമസിനോട് ജോബിൻ അന്വേഷിച്ചു.

തോമസ് രജിസ്റ്റർ ബുക്ക് നോക്കിയപ്പോൾ രതീഷ് എന്നാണ് പേര് എഴുതി സൈൻ ചെയ്തിരിക്കുന്നത്. 7ഡിയിലേക്ക് ആയിരുന്നു ആ ഓർഡർ.

"സാർ അന്ന് പാർട്ടിയിൽ പുറത്തു നിന്ന് ആരെങ്കിലും വന്നോ എന്ന് ചോദിച്ചിരുന്നില്ലേ. പാർട്ടി പിരിയും മുൻപ് സാന്താക്ലോസിന്റെ വേഷത്തിൽ ആരോ വന്നിരുന്നു എന്ന് നയൻതാര മാഡം പറഞ്ഞിരുന്നു. ഞാനത് സാറിനോട് പറയാൻ വിട്ടു പോയി."

ടേബിളിൽ നിന്ന് ഒരു ക്രിസ്മസ് അപ്പൂപ്പന്റെ തൊപ്പിയെടുത്ത് ജോബിന് നേരെ നീട്ടിക്കൊണ്ട് തോമസ് പറഞ്ഞ്.

"ഇത് നയൻതാര മാഡത്തിന്റെ മുറിയിൽ നിന്നും ക്ലീൻ ചെയ്തപ്പോൾ കിട്ടിയതാണ്. ആരെങ്കിലും തിരക്കി വന്നാൽ

കൊടുക്കാനായിട്ട് എന്നെ ഏൽപ്പിച്ചതാണ്. ക്രിസ്മസ് ആഘോഷം ആയതുകൊണ്ടാണ് ഞാനിതത്ര കാര്യമാക്കാതെ ഇരുന്നത്. "

ജോബിൻ ആ തൊപ്പി വാങ്ങി.

"ആരാണ് അന്ന് ക്രിസ്മസ് അപ്പൂപ്പന്റെ വേഷം കെട്ടിയത്?"

"അതറിയില്ല. പുറത്തുനിന്ന് കരോൾ സംഘത്തെ അകത്തേക്ക് കടത്തി വിടാറില്ല. ഫ്ലാറ്റിലുള്ള ആരെങ്കിലും ആണ് വേഷം കെട്ടാറുള്ളത്. അതും എല്ലാ വർഷവും ഉണ്ടാകണമെന്നില്ല. ആർക്കെങ്കിലും തോന്നിയാൽ ചെയ്യും അത്രയേ ഉള്ളൂ." തോമസ് പറഞ്ഞു.

7ഡിയിൽ പിസ്സ ഓർഡർ ചെയ്തത് ആരാണെന്ന് അറിയാൻ വേണ്ടി ജോബിനും അനുപമയും അന്വേഷിച്ചപ്പോൾ അവിടെ ആരും അന്ന് പിസ്സ ഓർഡർ ചെയ്തിട്ടില്ല എന്നാണ് അറിഞ്ഞത്.

ആ ഫ്ളാറ്റിലുണ്ടായിരുന്ന ആരും തന്നെ അന്ന് ക്രിസ്മസ് അപ്പൂപ്പന്റെ വേഷം കെട്ടിയില്ല എന്നും അന്വേഷണത്തിൽ നിന്ന് അവർ മനസ്സിലാക്കി.

തുടർന്ന് ഫ്ലാറ്റിലേക്ക് സ്ഥിരമായി പിസ്സ ഡെലിവറി ചെയ്യുന്ന ഷോപ്പുകളിൽ എല്ലാം അവർ അന്വേഷണം നടത്തി. പക്ഷേ അവിടെയെങ്ങും രതീഷ് എന്ന പേരിൽ ആരും ജോലി ചെയ്യുന്നില്ല എന്ന് മനസ്സിലാക്കാൻ കഴിഞ്ഞു.

അലീസയുടെ ഫോൺ കോൾ ഡീറ്റെയിൽസ് പരിശോധിച്ചപ്പോൾ സംശയാസ്പദമായി പ്രത്യേകിച്ച് ഒരു നമ്പറിലേക്ക് കോൾ ചെയ്തതായി കണ്ടെത്താൻ സാധിച്ചില്ല. സ്ഥിരമായി വിളിക്കാറുള്ള നമ്പറിലേക്ക് മാത്രമാണ് കഴിഞ്ഞ മൂന്നു മാസത്തിൽ കോൺടാക്ട് ചെയ്തിരിക്കുന്നത്.ആ നമ്പറുകൾ എല്ലാം അവൾ ജോലിചെയ്യുന്ന കമ്പനി സ്റ്റാഫുകളുടേതാണ്.

പക്ഷേ മൊബൈൽ അടിമുടി പരിശോധിച്ചതിൽ നിന്നും ഒരു വോയിസ് ക്ലിപ്പ് കണ്ടെത്താൻ ജോബിന് സാധിച്ചു.

"അലീസ നീ കോൾ എടുക്കില്ല എന്ന് എനിക്കറിയാം. പക്ഷേ എനിക്ക് നിന്നെ കാണണം, സംസാരിക്കണം ഞാൻ വരും" എന്നായിരുന്നു ആ വോയിസ്.

ആ ശബ്ദം ഒരു പുരുഷന്റേതാണ്. ആ വോയിസ് മെസ്സേജ് വന്ന നമ്പർ ജോബിൻ നോട്ട് ചെയ്തു. ആ നമ്പറിന്റെ ഡീറ്റെയിൽസ്

എടുത്തപ്പോൾ അത് അലീസയുടെ പിതാവിന്റെ നമ്പർ ആണെന്ന് മനസ്സിലാക്കാൻ കഴിഞ്ഞു. അയ്യാളുടെ പേര് വർഗ്ഗീസ് എന്നായിരുന്നു. അലീസയും വർഗീസും രണ്ട് മതങ്ങൾ, അതിൽ എന്തോ പൊരുത്തക്കേട് ജോബിന് അനുഭവപ്പെട്ടു. അലീസ വർഗ്ഗീസിന്റെ കോൾ എടുക്കാത്തതിന് എന്തായിരിക്കും കാരണം. അവർ തമ്മിൽ എന്തെങ്കിലും പ്രശ്നം ഉണ്ടായിട്ടുണ്ടാകുമോ? അത് ഉറപ്പിക്കാൻ വേണ്ടി ജോബിൻ വർഗീസിനെ കാണാൻ പോയി.

അവിടെയെത്തി വർഗ്ഗീസിനോട് കാര്യങ്ങൾ സംസാരിച്ചപ്പോൾ പേരുകൾക്കിടയിലെ പൊരുത്തക്കേടിനെക്കുറിച്ച് ജോബിന് മനസ്സിലാക്കാൻ കഴിഞ്ഞു.

അലീസയുടെ ഉമ്മ മുംതാസ് മുസ്ലിമായിരുന്നു. വർഗ്ഗീസും മുംതാസും പ്രണയിച്ച് വിവാഹം കഴിച്ചവരാണ്. ഇരു മതക്കാർ ആയതു കൊണ്ടുതന്നെ അന്ന് നാട്ടിൽ വലിയ പ്രശ്നങ്ങൾ ഉണ്ടായി. അതിനെയെല്ലാം തരണം ചെയ്ത് അവർ അവിടെ നിന്നും ഇങ്ങോട്ട് പുറപ്പെട്ടതാണ്. അലീസയെ പ്രസവിച്ച് ആറാം മാസം മുംതാസിന് ഒരു പനി വന്നു. അത് അവളുടെ ജീവനും കൊണ്ടു പോയി. മകളെ നന്നായി വളർത്താൻ അവൾ ഒരുപാട് കഷ്ടപ്പെട്ടു. പഠിപ്പിച്ച് ഒരു ജോലി വാങ്ങി കൊടുത്തു.

അലീസ മരിക്കുന്നതിന് ഒരാഴ്ച മുമ്പ് ഒരു പയ്യൻ അവിടെ വന്നിരുന്നതായി ജോബിനോട് വർഗ്ഗീസ് പറഞ്ഞു.

അലീസയുടെ നടപ്പ് അത്ര ശരിയല്ല എന്നും അവൾ മദ്യപാനവും കൂട്ടുകെട്ടും ഒക്കെയായി വഴി തെറ്റി പോകുന്നു എന്നും പറഞ്ഞ് ഒടുവിൽ വർഗ്ഗീസിനോട് ദേഷ്യപ്പെട്ടു സംസാരിച്ചു. അയാൾ ആരാണെന്നോ എന്താണെന്നോ പറയാതെ പോവുകയും ചെയ്തു. മകൾ ജനിച്ചിട്ട് ഇന്ന് വരെ താൻ മദ്യം കൈകൊണ്ട് തൊട്ടിട്ടില്ല എന്നും മകളെ നല്ല അന്തസ്സുള്ള മുസ്ലിം ആയിട്ടാണ് താൻ വളർത്തിയതെന്നും ജോബിൻ വർഗ്ഗീസിനോട് കരഞ്ഞു പറഞ്ഞു.

വർഗ്ഗീസിന്റെ ശബ്ദവും മൊബൈൽ ഫോണിൽ നിന്ന് കിട്ടിയ ശബ്ദവും തമ്മിൽ നല്ല വ്യത്യാസമുണ്ടായിരുന്നു. മൊബൈൽ ഫോണിലെ ശബ്ദം ഒരു ചെറുപ്പക്കാരന്റേതായിരുന്നു.

അതിനെക്കുറിച്ച് സംസാരിച്ചപ്പോഴാണ് വർഗ്ഗീസിന്റെ മൊബൈൽ ഫോൺ മോഷണം പോയ വിവരം അയാൾ ജോബിനോട് പറഞ്ഞത്.

മകളെ വിളിക്കാനായി ആകെ ഉണ്ടായിരുന്നത് ആ ഒരു ഫോണാണ്. അത് നഷ്ടപ്പെട്ടതുകൊണ്ട് മരിക്കുംമുമ്പ് മകളുടെ ശബ്ദം പോലും അയാൾക്ക് കേൾക്കാൻ കഴിഞ്ഞില്ല.

"ആരാ സാറേ എന്റെ മോളെ കൊന്നത്? അതിനും വേണ്ടി അവൾ എന്ത് തെറ്റാണ് ചെയ്തത്"

വിതുമ്പി കരയുന്ന വർഗ്ഗീസിനെ ചുമലിൽ തലോടി ജോബിൻ ആശ്വസിപ്പിച്ചു.

അലീസയുടെ കൊലപാതകി ആരായാലും അവനെ അവർ കണ്ടെത്തുക തന്നെ ചെയ്യും എന്ന് വർഗ്ഗീസിന് വാക്ക് കൊടുത്തിട്ടാണ് ജോബിൻ അവിടെ നിന്നും പോയത്.

അന്ന് രാത്രി ജോബിൻ ഉറങ്ങിയില്ല. ഇതുവരെ നടത്തിയ അന്വേഷണങ്ങൾ മുഴുവൻ മനസ്സിലിട്ട് ഒന്നുകൂടി ഓടിച്ചു നോക്കി. കാഞ്ചന പാർട്ടിയിൽ ഐപാഡിൽ ഫോട്ടോസും വീഡിയോസും എടുത്തതായി ചോദ്യംചെയ്യലിൽ അറിയാൻ സാധിച്ചിട്ടുണ്ട്. ഒരുപക്ഷേ ആ ചിത്രങ്ങൾ നോക്കിയാൽ കേസിന് പ്രയോജനം ചെയ്യുന്ന എന്തെങ്കിലും ഒരു തുമ്പ് കിട്ടാതിരിക്കില്ല എന്ന് ജോബിന് തോന്നി.

തൊട്ടടുത്ത ദിവസം തന്നെ ജോബിൻ കാഞ്ചനയെ ചെന്ന് കണ്ടു.അവളുടെ ഐപാഡ് വാങ്ങി പരിശോധിച്ചു. ക്രിസ്മസ് ദിവസം എടുത്ത ഫോട്ടോകൾക്കൊപ്പം ഒരു വീഡിയോ ക്ലിപ്പ് ജോബിന്റെ ശ്രദ്ധയിൽപ്പെട്ടു. മദ്യപിച്ച് അവശനായ പ്രദീപ് ക്രിസ്മസ് അപ്പൂപ്പന്റെ മുഖംമൂടിയും തൊപ്പിയും വലിച്ചൂരി എടുക്കുന്നത് ആയിരുന്നു ആ ദൃശ്യം. വീഡിയോയിൽ അയാളുടെ മുഖം വ്യക്തമായി കണ്ടു. ജോബിൻ വീഡിയോ കാഞ്ചനയെ കാണിച്ചിട്ട് അത് ആരാണെന്ന് ചോദിച്ചു. അത് ഫ്ലാറ്റിൽ ഉള്ള ആരും അല്ലെന്ന് കാഞ്ചന ഉറപ്പിച്ച് പറഞ്ഞു.

"ഇയാളെ എവിടെയെങ്കിലും കണ്ടതായി ഓർക്കുന്നുണ്ടോ" ജോബിൻ കാഞ്ചനയോട് നന്നായിട്ട് ഓർത്തു നോക്കാൻ ആവശ്യപ്പെട്ടു.

കാഞ്ചന ആ ഫ്ലാറ്റിൽ അല്ലെങ്കിലും അവിടെ താമസിക്കുന്നവരെല്ലാം അവൾക്ക് നന്നായിട്ട് അറിയാം. നന്നായിട്ട് ഒന്ന് ആലോചിച്ചപ്പോൾ അന്ന് അവിടെ പിസ്സ ഡെലിവറി ചെയ്യാൻ വന്ന ആളുടെ മുഖച്ഛായ ഉണ്ടെന്ന് കാഞ്ചന ഓർത്ത് പറഞ്ഞു.

പിസ്സ ഡെലിവറി ചെയ്യാൻ വന്ന ആളും ക്രിസ്മസ് അപ്പൂപ്പന്റെ വേഷത്തിൽ വന്ന ആളും ഒരാളാണെങ്കിൽ എന്തോ ലക്ഷ്യത്തോട് കൂടി ആവണം അയാൾ അവിടെ എത്തിയത്.

അലീസയെ പരിചയം ഉള്ളവരോട് എല്ലാം അയാളെ കുറിച്ച് ഒരു അന്വേഷണം നടത്തി നോക്കാൻ ജോബിൻ തീരുമാനിച്ചു. ജിൻസിയോട് അന്വേഷിച്ചപ്പോൾ ഒരിക്കൽ ഒരു ഷോപ്പിംഗ് മാളിൽ വച്ച് അയാൾ അലീസയുമായി തർക്കത്തിൽ ഏർപ്പെട്ടിരിക്കുന്നത് കണ്ടിരുന്നു എന്ന് അറിയാൻ സാധിച്ചു. അതാരാണെന്ന് അവളോട് ജിൻസി ചോദിച്ചപ്പോൾ കൂടെ പഠിച്ച ഏതോ സുഹൃത്താണെന്നും കോൾ എടുക്കാത്തതിന്റെ പരിഭവത്തിൽ ഓരോന്ന് പറഞ്ഞതാണെന്നും ഒക്കെ പറഞ്ഞ് ഒഴിയാൻ അവൾ ശ്രമിക്കുകയാണ് ചെയ്തത്.

ജോബിന് മുന്നിൽ ഇനി ഒരു ദിവസം കൂടിയേ ബാക്കിയുള്ളൂ. അതിനുള്ളിൽ കേസ് തെളിയിച്ചേ മതിയാകൂ.

4
യഥാർത്ഥ പ്രതിയിലേയ്ക്ക്

ജാബിറിന്റെ ഫോട്ടോ കാണിച്ച് പോലീസുകാർ സിറ്റിയിൽ എമ്പാടും അന്വേഷണം നടത്തി. അലീസയേയും വീട്ടുകാരെയും നന്നായിട്ട് അറിയാവുന്ന ഒരാളാണ് ജാബിർ. അതുകൊണ്ടുതന്നെ ജോബിൻ ആ പരിസരങ്ങളിൽ ഒരു അന്വേഷണം നടത്തി.

പോലീസുകാർ തനിക്കുവേണ്ടി നെട്ടോട്ടമോടുമ്പോൾ ജാബിർ ഒറ്റപ്പെട്ട ഒരിടത്ത് ടിവിയും കണ്ട് ഇരിപ്പുണ്ടായിരുന്നു.

വാതിലിൽ ആരോ മുട്ടുന്ന ശബ്ദം കേട്ടപ്പോൾ ജാബിർ ഞെട്ടി എഴുന്നേറ്റു. ആരായിരിക്കും എന്ന് അറിയാത്തതു കൊണ്ടുള്ള ഭയം കാരണം വാതിൽ തുറക്കണോ എന്ന് അൽപനേരം ചിന്തിച്ച ശേഷം രണ്ടും കൽപ്പിച്ച് ജാബിർ ഡോർ തുറന്നു.

വാതിൽ പൂർണമായും തുറന്നപ്പോൾ പുറത്ത് ഡെലിവറി ഗേളിന്റെ വേഷത്തിൽ അനുപമ നിൽക്കുന്നത് കണ്ട് ജാബിർ അമ്പരന്നു നോക്കി. ജാബിറിന് അനുപമയെ പരിചയം ഇല്ലായിരുന്നു.

"സാർ പിസ്സ" അത്ഭുതത്തോടെ അനുപമയെ നോക്കി നിൽക്കുന്ന ജാബിറിന് നേർക്ക് അവൾ പിസ്സ നീട്ടി.

"ഞാൻ പിസ്സ ഓർഡർ ചെയ്തിട്ടില്ലല്ലോ. നിങ്ങൾക്ക് വീട് മാറിയതാകും"

ഓർഡർ വന്ന നമ്പരിൽ വിളിച്ച് കൺഫോം ചെയ്യാൻ ജാബിർ അവളോട് ആവശ്യപ്പെട്ടു.

പെട്ടെന്ന് അനുപമ വീടിനകത്തേക്ക് കയറാൻ ശ്രമിച്ചപ്പോൾ ജാബിർ അവളെ തടഞ്ഞു.

"ഹേയ് നീ ആരാ എന്തിനാ ഇങ്ങോട്ട് വന്നത് "

ജാബിർ അവളോട് ദേഷ്യപ്പെട്ടു.

"ഞാൻ പറഞ്ഞാൽ മതിയോ" പുറത്തുനിന്നും ഒരു പുരുഷ ശബ്ദം കേട്ട് ജാബിർ തിരിഞ്ഞു നോക്കി.

പോലീസ് യൂണിഫോം ധരിച്ച് വാതിൽക്കൽ നിൽക്കുന്ന ജോബിനെ കണ്ട് ജാബിർ ഞെട്ടി.

"അപ്പോൾ നിനക്കറിയാം അവൾ ഡെലിവറി ഗേൾ അല്ലെന്ന്. അതുപോലെ ഞങ്ങൾക്കും അറിയാം നീ ഒരു ഡെലിവറി ബോയ് അല്ലെന്ന്. യഥാർത്ഥ പ്രതിയുടെ മുന്നിൽ മാത്രമേ യൂണിഫോമിൽ എത്തുള്ളൂ എന്ന് എനിക്ക് വാശിയായിരുന്നു. അതിപ്പോൾ സാധിച്ചു."

ഞെട്ടിത്തരിച്ച് നിൽക്കുന്ന ജാബിറിനോട് ജോബിൻ ആത്മവിശ്വാസത്തോടെ പറഞ്ഞു.

പിടിക്കപ്പെട്ടു എന്ന് മനസ്സിലായപ്പോൾ രക്ഷപ്പെടാൻ വേണ്ടി ടേബിളിൽ ആപ്പിളിന് സമീപത്തുണ്ടായിരുന്ന കത്തിയെടുത്ത് ജാബിർ അനുപമയെ കടന്നുപിടിച്ച ശേഷം അവളുടെ കഴുത്തിൽ കത്തി ചേർത്ത് വച്ചു.

"അടുത്തേക്ക് വന്നാൽ ഞാനിവളുടെ കഴുത്തറക്കും" ജോബിനെ നോക്കി ജാബിർ അലറി.

"വീണ്ടും വീണ്ടും നീ തെറ്റ് ആവർത്തിക്കുകയാണ്." ജോബിൻ മുന്നോട്ടു ചെന്നു.

ദേഷ്യം വന്ന ജാബിർ അനുപമയുടെ കയ്യിൽ കത്തികൊണ്ട് പോറി മുറിവുണ്ടാക്കിയ ശേഷം അവളെയവിടെ ഉപേക്ഷിച്ച് വേഗത്തിൽ വീടിന്റെ പിൻഭാഗം വഴി ഇറങ്ങി ഓടി.

"അവനെ വിടരുത്" അനുപമ ജോബിനോട് ഉറക്കെ വിളിച്ചു പറഞ്ഞു.

ആ മുറിയിൽ ഉണ്ടായിരുന്ന ഒരു കൈലി കീറിയെടുത്ത് അനുപമയുടെ കയ്യിലെ മുറിവ് കെട്ടി കൊടുത്ത ശേഷം ജോബിൻ ജാഫർ പോയ ഭാഗത്ത് കൂടി അവനെ പിന്തുടർന്ന് ഓടിപ്പോയി.

ഓടി രക്ഷപ്പെടാൻ ശ്രമിച്ച ജാബിർ ഒടുവിൽ ജോബിന്റെ പിടിയിലായി. തോക്ക് ചൂണ്ടി ജോബിൻ അവനെ കീഴ്പ്പെടുത്തി.

ജാബിറിനെ അറസ്റ്റ് ചെയ്തശേഷം ചോദ്യം ചെയ്യാനായി കൊണ്ടുപോയി. ആദ്യമൊന്നും എത്ര ചോദിച്ചിട്ടും ജാബിർ ഒന്നും പറയാൻ തയ്യാറായില്ല. പൊലീസുകാരുടെ തല്ല് കിട്ടിയപ്പോൾ ജാബിർ

എല്ലാം പറയാൻ തീരുമാനിച്ചു.

ജാബിറും അലീസയും പരസ്പരം രണ്ടുവർഷത്തോളം ഇഷ്ടത്തിലായിരുന്നു. ഹൈ ഡ്രീം കമ്പനിയിൽ ജോലി കിട്ടിയതോടെ അവളിൽ മാറ്റങ്ങൾ വന്നു തുടങ്ങി. പഴയതുപോലെ ജാബിറിനോട് അടുപ്പം കാണിക്കാതെയായി. ഒരു ദിവസം ഫേസ്ബുക്കിൽ അവൾ മദ്യ ഗ്ലാസുമായി നിൽക്കുന്ന ഫോട്ടോ കണ്ട് ജാബിർ ആകെ തകർന്നു. അത് ഫോട്ടോഷോപ്പ് ചെയ്ത ഫോട്ടോ ആണെന്ന് അവനറിയില്ലായിരുന്നു.

അലീസയെ പോലെ ഉള്ള ഒരു മുസ്ലിം കുട്ടി മദ്യവും ക്ലബ്ബുമൊക്കെയായി നടക്കുന്നത് അവന് ഇഷ്ടമല്ലായിരുന്നു. ഒരു ദിവസം ഷോപ്പിംഗ് മാളിൽ വച്ച് കണ്ടപ്പോൾ അത് പറഞ്ഞ് തർക്കിക്കുകയും ചെയ്തു. അപ്പോളാണ് ജിൻസി അവരെ കണ്ടത്.

ആ സംഭവത്തിന് ശേഷം അലീസ ജാബിറിന്റെ കോൾ എടുക്കാതെയായി. അവൾക്ക് മറ്റാരുമായോ അടുപ്പമുണ്ടെന്ന് അവന് തോന്നി. അതാരാണെന്ന് അറിയാൻ അവൻ ഒരുപാട് ശ്രമിച്ചു. ഒടുവിൽ അത് ഹൈ ഡ്രീം കമ്പനിയുടെ എംഡി ജയറാം ആണെന്ന് അവൻ മനസ്സിലാക്കി. അയാളൊരു മോശപ്പെട്ട ആളാണെന്ന് അവളെ പറഞ്ഞു മനസ്സിലാക്കാനുള്ള ജാബിറിന്റെ ശ്രമങ്ങളെല്ലാം പാഴായി. മൊബൈലിലും സോഷ്യൽമീഡിയയിലും എല്ലാം അവൾ ജാബിറിനെ ബ്ലോക്ക് ചെയ്തു. അവളുടെ ബാപ്പയെ ചെന്ന് കണ്ടു കാര്യങ്ങൾ പറഞ്ഞു മനസ്സിലാക്കാൻ വേണ്ടി ജാബിർ അവിടെ പോയി. പക്ഷേ മകളിൽ അമിത വിശ്വാസം പുലർത്തിയിരുന്ന അവളുടെ പിതാവ് വർഗ്ഗീസ് ജാബിറിന്റെ വാക്കുകൾ ചെവിക്കൊണ്ടില്ല. അവിടെ നിന്ന് പോകുമ്പോൾ വർഗ്ഗീസിന്റെ മൊബൈൽ ഫോൺ അയാൾ കാണാതെ ജാബിർ മോഷ്ടിച്ചു. ആ നമ്പറിൽനിന്ന് വിളിക്കുമ്പോൾ അവൾ എന്തായാലും കോൾ എടുക്കുമെന്ന് അവന് ഉറപ്പുണ്ടായിരുന്നു. പക്ഷേ ജാബിറെ ശബ്ദം കേട്ടപ്പോൾ തന്നെ അവൾക്ക് ആളെ മനസ്സിലായി. അവൾ സംസാരിക്കാൻ കൂട്ടാക്കിയില്ല.

അലീസ ഒരു അപകടത്തിലേക്കാണ് പൊയ്ക്കൊണ്ടിരിക്കുന്നത് എന്ന് അറിയാവുന്ന ജാബിർ എങ്ങനെയും അവളെ കണ്ട് സംസാരിച്ചേ മതിയാകൂ എന്ന് ഉറപ്പിച്ചു. അതിനുവേണ്ടി ജാബിർ ക്രിസ്മസ് രാത്രി തിരഞ്ഞെടുത്തു. ജാബിർ അന്ന് അവിടെ ചെല്ലും എന്ന വിവരം

അവളെ അറിയിക്കാൻ വേണ്ടി മൊബൈലിൽ വിളിച്ചപ്പോൾ അവളുടെ മൊബൈൽ ഓഫായിരുന്നു. ആ നമ്പറിലേക്ക് അവൻ ഒരു വോയ്സ് മെസ്സേജ് അയച്ചു.

എങ്ങനെയും അവിടെ കയറിപ്പറ്റാനുള്ള മാർഗ്ഗങ്ങൾ അവൻ ആലോചിച്ചു. അങ്ങനെയാണ് പിസ്സ ഡെലിവറി ബോയിയുടെ വേഷത്തിൽ എത്താം എന്ന് തീരുമാനിച്ചത്.

അങ്ങനെ അവൻ അന്ന് രാത്രി അവിടെ കയറിപ്പറ്റി പാർട്ടി നടക്കുന്ന ഫ്ലാറ്റിൽ എത്തി. അവിടെ ആരെങ്കിലും പിസ്സ ഓർഡർ ചെയ്തോ എന്ന് ചോദിച്ച നേരത്ത് അലീസ അവിടെ ഉണ്ട് എന്ന് അവൻ ഉറപ്പിച്ചു.

അതിനുശേഷം അവിടെ നിന്നും മാറി ചുവരിൽ ചാരി നിന്ന് അടുത്ത പദ്ധതി ആലോചിച്ചു കൊണ്ട് നിന്നപ്പോൾ ഒരു പന്ത് ഉരുണ്ട് ജാബിറിന്റെ കാലിന് അടുത്തേക്ക് വന്നു. അവൻ

തലയുയർത്തി നോക്കിയപ്പോൾ നാല് വയസ്സുള്ള ഒരു കൊച്ചു കുട്ടി പന്ത് എടുക്കാനായി ഓടിവരുന്നു. ജാബിറിന്റെ അടുത്തെത്തി നിലത്തു കിടക്കുന്ന ബോൾ എടുത്ത ശേഷം ആ കുട്ടി നോക്കിയപ്പോൾ ജാബിറിന്റെ കയ്യിലെ പിസ്സ കണ്ടു.

ആ കുട്ടി ജാബിറിനെ നോക്കി പുഞ്ചിരിച്ചു. ജാബിർ പിസ്സ ആ കുട്ടിക്ക് കൊടുത്തു. കുട്ടി അത് വാങ്ങി സന്തോഷത്തോടെ ഫ്ളാറ്റിലേക്ക് ഓടിപ്പോയി.

പിസ്സയുമായി കുട്ടി അവളുടെ അച്ഛൻ ആരാണ് അവൾക്ക് പിസ്സ കൊടുത്തത് എന്ന് അറിയാൻ വേണ്ടി അവളെയും കൂട്ടി പുറത്തേക്ക് ചെന്നു.

ജാബിർ നിന്നിടത്ത് എത്തിയപ്പോൾ കുട്ടി വിരൽ ചൂണ്ടി കാണിച്ചു. കുട്ടിയുടെ അച്ഛൻ നോക്കിയപ്പോൾ അവിടെ ജാബിർ ക്രിസ്മസ് അപ്പൂപ്പന്റെ വേഷത്തിൽ നിൽക്കുകയായിരുന്നു.

"ഹാപ്പി ക്രിസ്മസ്" കുട്ടിയുടെ അച്ഛൻ ഒരു ചിരിയോടെ വിഷ് ചെയ്തു.

ജാബിറും തിരിച്ച് വിഷ് ചെയ്തു.

കുട്ടിയോടൊപ്പം അവളുടെ അച്ഛൻ ഫ്ലാറ്റിലേക്ക് തിരിച്ചുപോയി.

സാന്താക്ലോസിന്റെ വേഷത്തിൽ ജാബിർ പാർട്ടി നടക്കുന്ന ഫ്ലാറ്റിലെത്തി. എല്ലാവരും ചേർന്ന് സാന്താക്ലോസിനെ വരവേറ്റു. അകത്തു പ്രവേശിച്ച ജാബിറിന്റെ ശ്രദ്ധ മുഴുവൻ അലീസയിൽ

ആയിരുന്നു. ക്രിസ്മസ് അപ്പൂപ്പന്റെ വേഷത്തിൽ അവിടെ നിൽക്കുന്നത് ജാബിർ ആണെന്ന് അവൾക്ക് മനസ്സിലാക്കാൻ സാധിച്ചില്ല.

പാർട്ടിക്കിടയിൽ ടെൻഷനിൽ ഫ്ലാറ്റിൽ നിന്നും പുറത്തേക്ക് ഇറങ്ങി പോകുന്ന അലീസയെ ജാബിർ ശ്രദ്ധിച്ചു.

ഈ സമയത്ത് മദ്യലഹരിയിൽ ജാബിറിന്റെ തലയിലെ മാസ്ക്ക് പ്രദീപ് വലിച്ചൂരി എടുത്തു. കാഞ്ചന അത് ഐപാഡിൽ ഷൂട്ട് ചെയ്യുന്നുണ്ടായിരുന്നു. ആർക്കും മുഖം കൊടുക്കാതെ ജാബിർ മാറി നിൽക്കാൻ ശ്രമിച്ചു. പാർട്ടി കഴിയാൻ നേരം ഡേവിഡ് ഒരു ബിയർ എടുത്തു ജാബിറിന് കൊടുത്തു. റൂമിൽ കൊണ്ട് പോയി കഴിക്കാൻ പറഞ്ഞു. ഡേവിഡ് നിർബന്ധിച്ചപ്പോൾ അറപ്പോടെ ജാബിർ അത് വാങ്ങി.

പരസ്പരം ക്രിസ്മസ് ആശംസകൾ നേർന്ന് എല്ലാവരും പിരിഞ്ഞു. എല്ലാരും പോയി കഴിഞ്ഞു എന്ന് ഉറപ്പ് വന്നപ്പോൾ ആരും കാണാതെ മറഞ്ഞു നിന്നിരുന്ന ജാബിർ അലീസയുടെ ഫ്ലാറ്റ് അന്വേഷിച്ചു നടന്നു.

അലീസയുടെ ഫ്ലാറ്റിൽ നിന്നും ഇറങ്ങി പോകുന്ന ജയറാമിനെ കണ്ട് ജാബിർ ഞെട്ടി. ദേഷ്യം കൊണ്ട് ജാബിറിന്റെ മുഖം ചുവന്നു തുടുത്തു. ആ മുറിയിൽ എന്തോ മോശം കാര്യം സംഭവിച്ചിട്ടുണ്ടെന്ന് അവൻ തെറ്റിദ്ധരിച്ചു. പക്ഷേ അവളുടെ കൈ വിരലിൽ മോതിരം അണിയിച്ചിട്ട് പോകുകയായിരുന്നു ജയറാം.

ജയറാം പോയി കഴിഞ്ഞ് ജാബിർ അവളുടെ ഫ്ലാറ്റിന് അടുത്ത് ചെന്ന് ഡോറിൽ മുട്ടി.

ആരാണെന്ന് അറിയാതെ അവൾ വാതിൽ തുറന്നു നോക്കിയപ്പോൾ പുറത്ത് സാന്താക്ലോസിന്റെ വേഷത്തിൽ നിൽക്കുന്ന ജാബിറിനെ കണ്ടു.

അവൾ ഡോർ വേഗത്തിൽ വലിച്ചടക്കാൻ ശ്രമിച്ചു. അപ്പോഴേക്കും ജാബിർ അകത്തേക്കു തള്ളിക്കയറി.

"നിന്നെപ്പറ്റി കേട്ടതൊന്നും സത്യമാകരുതെന്ന് ഞാൻ പ്രാർത്ഥിച്ചു പക്ഷേ എല്ലാം ഇപ്പോൾ നേരിൽ കണ്ടു ബോധ്യമായി. അയാളെ പാതിരാത്രി മുറിയിൽ വിളിച്ച് വരുത്താൻ തക്കവണ്ണം മോശപ്പെട്ടവളായി മാറിയല്ലോ എന്റെ അലീസ നീ."

ദേഷ്യത്തോടെയും വിഷമത്തോടെയും ജാബിർ അലീസയുടെ മുഖത്തേക്ക് നോക്കി.

"അതെല്ലാം എന്റെ ഇഷ്ടം അതിന് നിനക്കെന്താ?"

അവൾ ജാബിറിനോട് ദേഷ്യപ്പെട്ടു.

ഇത്രനാളും ജാബിറിനെ പറഞ്ഞു പറ്റിച്ചിട്ട് ഇപ്പോൾ ഒരു പണക്കാരനെ കണ്ടപ്പോൾ അവൾക്ക് അവനെ മതിയെന്നായി. പോരാത്തതിന് ഇപ്പോഴും അവളുടെ പരിഹാസ വാക്കുകൾ കൂടി കേട്ടുതുടങ്ങി. സഹികെട്ട ജാബിർ കയ്യിലിരുന്ന ബിയർ കുപ്പി ടേബിളിൽ അടിച്ചു പൊട്ടിച്ച ശേഷം അവളുടെ കഴുത്തിൽ കുത്തിയിറക്കി.

അലീസ നിലത്ത് വീണ് പിടഞ്ഞു മരിക്കുന്നത് അവൻ നോക്കി നിന്നു. അപ്പോളത്തെ ദേഷ്യത്തിൽ ചെയ്തതാണെങ്കിലും അവൾ മരിച്ചെന്ന് ഉറപ്പായപ്പോൾ ജാബിറിന് പേടി തോന്നി.

പോലീസിന് സംശയം ഉണ്ടാകാതിരിക്കാൻ അവിടെ നടന്നത് ഒരു മോഷണ ശ്രമത്തിനിടയിൽ നടന്ന കൊലപാതകം ആണെന്ന് വരുത്തി തീർക്കാൻ വേണ്ടി അലമാരയിലുള്ള വസ്തുക്കളെല്ലാം നിലത്തേക്ക് വലിച്ചിട്ടു.

നിലത്ത് മരിച്ചു കിടക്കുന്ന അലീസയെ നോക്കി സങ്കടം അടക്കാനാവാതെ അവൻ അവളുടെ അടുത്തിരുന്ന് പൊട്ടിക്കരഞ്ഞു.

അലീസയുടെ കൈവിരലിൽ ജയറാം അണിയിച്ച മോതിരം ജാബിറിന്റെ ശ്രദ്ധയിൽപ്പെട്ടു. ജാബിർ ആ മോതിരം ഊരിയെടുത്ത് മുറിയിൽ നിന്നും അപ്പോൾ തന്നെ പുറത്തേക്കിറങ്ങി.

പുറത്ത് അല്പം മാറി നിലത്ത് ഒരു ഐപാഡ് കിടക്കുന്നത് അവൻ കണ്ടു. കാഞ്ചനയുടെ ഐപാഡ് ആണ് അതെന്ന് അവന് മനസ്സിലായി. പാർട്ടിയിൽ വയ്ച്ച് അവനത് കണ്ടിട്ടുണ്ടായിരുന്നു. മനസ്സിൽ എന്തോ ഐഡിയ തോന്നിയ ജാബിർ ആ ഐപാഡ് എടുത്ത് അലീസയുടെ ഫ്ലാറ്റിനകത്തിട്ടു. എന്നിട്ട് ആരും കാണാതെ അവിടെനിന്നും അവൻ രക്ഷപ്പെട്ടു.

ആ സമയത്തെ ദേഷ്യത്തിൽ സംഭവിച്ച ഒരു കൈയബദ്ധം ആയിരുന്നു അവനെ അലീസയുടെ കൊലപാതകത്തിൽ കൊണ്ടെത്തിച്ചത്.

എല്ലാം പോലീസിനോട് തുറന്ന് പറഞ്ഞ് അവൻ പൊട്ടിക്കരഞ്ഞു.

പറഞ്ഞ സമയത്തിനുള്ളിൽ തന്നെ യഥാർത്ഥ കുറ്റവാളിയെ കണ്ടെത്താൻ സാധിച്ച സന്തോഷത്തിൽ തന്നോടൊപ്പം സഹകരിച്ച എല്ലാ ഉദ്യോഗസ്ഥരോടും പ്രത്യേകിച്ച് അനുപമയോട് ജോബിൻ നന്ദി പറഞ്ഞു.

ആ രാത്രി നഗരം പുതുവർഷപ്പിറവിയുടെ ആഘോഷത്തിമിർപ്പിൽ മുഴുകി. ജോബിനും തന്റെ വിജയം ആഘോഷിച്ചു. ഇനി ഒരിക്കലും മദ്യപിക്കില്ല എന്ന ഉറപ്പോടെ അവസാനത്തെ പെഗ്ഗ് കഴിച്ച് ആശ്വാസത്തോടെ ജോബിൻ ഉറങ്ങി.

പറഞ്ഞ സമയത്തിനുള്ളിൽ കേസ് തെളിയിച്ചതിന് ജോബിനെ ഡിജിപി അഭിനന്ദിച്ചു. ജീവിതത്തെ വെല്ലുവിളിയോടെ നോക്കി കാണാൻ ശ്രമിക്കുമ്പോഴാണ് നമ്മളെല്ലാവരും ജയിക്കുന്നത് എന്ന സത്യം ജോബിൻ മനസ്സിലാക്കി.

ആ ദിവസം മറ്റൊരു സന്തോഷം കൂടി ജോബിന്റെ ജീവിതത്തിലുണ്ടായി. അച്ഛനോടൊപ്പം നിൽക്കുന്നതാണു മകൾക്ക് ഏറെ സന്തോഷമെന്നും അച്ഛനെ കൂടാതെ അവൾക്ക് ജീവിക്കാൻ കഴിയില്ല എന്നും തിരിച്ചറിഞ്ഞ ജോബിന്റെ ഭാര്യയുടെ വീട്ടുകാർ ജോബിന്റെ മകളെ ജോബിന് തന്നെ തിരികെ നൽകി.

വാശി കൊണ്ട് ജീവിതത്തിൽ ആർക്കും ഒന്നും നേടാൻ കഴിയില്ല എന്നും നഷ്ടം മാത്രമേ ഉണ്ടാകുള്ളൂ എന്നും അവർക്ക് തോന്നിയിട്ടുണ്ടാകാം. എന്തായാലും ഇനി അങ്ങോട്ട് ജോബിന്റെ ജീവിതം മകൾക്ക് വേണ്ടി ഉള്ളതാണ്.

തെറ്റുകൾ ചെയ്യാതിരിക്കുക

ചെറിയ കാരണങ്ങൾ പോലും വലിയ കുഴപ്പങ്ങളിലേയ്ക്ക് നമ്മളെ കൊണ്ടെത്തിക്കും. എന്ത് കാര്യം ചെയ്യും മുൻപും മൂന്ന് വട്ടം ചിന്തിക്കുക.

നന്ദി

സജീവ് കോയിക്കൽ

9 798886 060454

Printed by Libri Plureos GmbH in Hamburg,
Germany